വീട്ടമ്മ
ഒരു സ്ത്രീവിചാരം

veettamma oru sthreevicharam

•

dr. t k anandi

•

first edition
april 2010

•

second edition
august 2013

•

typesetting & published
chintha publishers

•

printed

•

cover
bloofish

വിതരണം

ദേശാഭിമാനി ബുക്ക് ഹൗസ്

H O തിരുവനന്തപുരം–695 035
phone: 0471-2303026, 6063026
www.chinthapublishers.com
chinthapublishers@gmail.com

ബ്രാഞ്ചുകൾ

ഹെഡ്ഡാഫീസ് ബ്രാഞ്ച് കുന്നുകുഴി • ഓവർബ്രിഡ്ജ് തിരുവനന്തപുരം • കെ എസ് ആർ ടി സി ബസ് സ്റ്റേഷൻ ആലപ്പുഴ • കെ എസ് ആർ ടി സി ബസ് സ്റ്റേഷൻ എറണാകുളം • മച്ചിങ്ങൽ ലെയ്ൻ തൃശൂർ • ഐ ജി റോഡ് കോഴിക്കോട് • മാവൂർ റോഡ് കോഴിക്കോട് • എൻ ജി ഒ യൂണിയൻ ബിൽഡിങ് കണ്ണൂർ • സെൻട്രൽ ബസ് ടെർമിനൽ കോംപ്ലക്സ് താവക്കര കണ്ണൂർ

CR - 1282 / 3225

വീട്ടമ്മ
ഒരു സ്ത്രീവിചാരം

ഡോ. ടി കെ ആനന്ദി

ചിന്ത പബ്ലിഷേഴ്സ്
തിരുവനന്തപുരം-695 035
വില : ₹ 75

ഡോ. ടി കെ ആനന്ദി

പാലക്കാട് താരാക്കാട് ഗ്രാമത്തിൽ ജനിച്ചു. ബിരുദതലംവരെ ചെന്നൈയിലാണ് പഠിച്ചത്. കോഴിക്കോട് ഗുരുവായൂരപ്പൻ കോളേജിൽനിന്ന് ബിരുദാനന്തര ബിരുദം.

'ഭൂവുടമാ ബന്ധങ്ങളിൽ വന്ന മാറ്റവും അന്തർജനങ്ങളുടെ മുന്നേറ്റവും (1900–1950)' എന്ന വിഷയത്തിൽ കേരള യൂണിവേഴ്സിറ്റി സോഷ്യോളജി വിഭാഗത്തിൽനിന്നും ഡോക്ടറേറ്റ് നേടി.

2001 ലെ സെൻസസ് അടിസ്ഥാനമാക്കി കേന്ദ്ര മാനവവിഭവശേഷി മന്ത്രാലയത്തിന്റെ കീഴിലെ 'വിമൻ ആന്റ് ചൈൽഡ് ഡവലപ്മെന്റി'നു വേണ്ടി 'ഇന്റർ പ്രൊഫൈൽ ഇൻ കേരള' എന്ന വിഷയത്തിൽ പഠനം നടത്തിയിട്ടുണ്ട്. 'സ്വാതന്ത്ര്യസമരത്തിൽ സ്ത്രീകളുടെ പങ്കാളിത്തം' എന്ന വിഷയത്തിൽ പോസ്റ്റ് ഡോക്ടറൽ റിസർച്ച് ചെയ്തു.

കേരള ശാസ്ത്രസാഹിത്യപരിഷത്ത് പ്രവർത്തകയാണ്. കോഴിക്കോട് കേന്ദ്രമായി പ്രവർത്തിക്കുന്ന 'വർക്കിങ് വിമൻസ് ഡവലപ്മെന്റ് സൊസൈറ്റി'യുടെ പ്രസിഡന്റായും പ്രവർത്തിക്കുന്നു. 2008 ലെ കേരളത്തിലെ വനിതാ നയരൂപീകരണ കമ്മിറ്റിയിൽ അംഗമായിരുന്നു.

മറ്റു കൃതികൾ: *ജനകീയ സമരത്തിൽ മലബാറിന്റെ പെൺപാതകൾ, സ്ത്രീ സമൂഹം ശാസ്ത്രം* (എഡിറ്റർ, ഡോ. കെ എൻ ഗണേശുമൊന്നിച്ച്)

ജീവിതപങ്കാളി : ഡോ. കെ എൻ ഗണേശ്

മകൻ : എ ജി ഗൗതം

വിലാസം : 'കപിലവസ്തു', ചെനക്കൽ
കാലിക്കറ്റ് യൂണിവേഴ്സിറ്റി പി ഒ
പിൻ – 673 635
ഫോൺ: 9495864250

ഉള്ളടക്കം

വീട്ടമ്മ......ചില ചിന്തകൾ 7

ആരാണ് വീട്ടമ്മ 10

വീട്ടമ്മയും അന്യവൽക്കരണവും 16

അടുക്കള പങ്കുവെക്കുക 20

ഒരു വീട്ടമ്മയുടെ അനുഭവങ്ങൾ 24

ഒരു പാരമ്പര്യവീട്ടമ്മയുടെ അനുഭവങ്ങൾ 34

സൂപ്പർ ഹൗസ്‌വൈഫ് 43

വീട്ടമ്മയ്ക്ക് വേതനമോ? 48

മാർക്സിസ്റ്റ് ഫെമിനിസത്തിന്റെ നിലപാട് 54

പൊതു അടുക്കള 60

വീട്ടമ്മ - ചരിത്രപരമായ ഒരന്വേഷണം 64

വീട്ടമ്മയും കേരള സമൂഹവും 73

അഴകിയ മധ്യവർഗസംസ്കാരം 80

മധ്യവർഗത്തിന്റെ സ്വാതന്ത്ര്യസങ്കൽപ്പം 85

1

വീട്ടമ്മ......ചില ചിന്തകൾ

“Besides, the question of prostitutes will give rise to many serious problems here. Take them back to productive work, bring them into the social economy That is what we must do.”

(Lenin)

രാവിലെ നാലുമണിക്ക് അലാറം നിലവിളിച്ചപ്പം തുടങ്ങിയ പണിയാണ്. നേരം പതിനൊന്നാവാറായി. കുട്ടികളെ രണ്ടുപേരെയും പറഞ്ഞയച്ച് ഭർത്താവിനെയും ഓഫീസിലേക്ക് പറഞ്ഞയച്ച്, അവർ വലിച്ചുവാരി ഇട്ടതൊക്കെ പെറുക്കിവെച്ചു കഴിയുന്നതേയുള്ളൂ. അപ്പോഴെക്കും മണി പതിനൊന്നായി. ഇനി, തുണി കഴുകണം, അടിച്ചുവാരി തുടയ്ക്കണം, ചെറിയ വീടാണെങ്കിലും ചെയ്യേണ്ടതു മുഴുവൻ ചെയ്യണ്ടായോ? പാത്രം കഴുകിവെച്ച് കഴിഞ്ഞു. ഇനി തുണികളെല്ലാം ഉലർത്തിക്കഴിഞ്ഞിട്ടേ ഒന്ന് കുളിച്ച് ഊണുകഴിക്കാനിരിക്കാൻ സമയം കിട്ടുകയുള്ളൂ. നടന്നും ഓടിയും രണ്ടുകഷണം ദോശ പൊട്ടിച്ച് വായിലിട്ടു. ചായ ഊതി ഊതി ത്തന്നെ കുടിക്കണം. അതിന്റെ ഊക്കിലാണ് പണിയൊക്കെ നടക്കുന്നത്. വീട് വൃത്തിയാക്കി, തുണികളുണക്കി, കുളിച്ച് ഊണുകഴിച്ച് പാത്രങ്ങളും കൂടി കഴുകിക്കഴിയുമ്പോഴേക്കും സമയം മൂന്നു കഴിഞ്ഞു. മൂന്നാം ക്ലാസിലെ മോന്റെ പ്രോജക്ടിന് വരകളിട്ട് ചിത്രം വരച്ചുകൊടുക്കാമെന്നേറ്റിരുന്നു. അത് കഴിയുമ്പോഴെക്കും തുണി ഉണങ്ങിക്കഴിയും. തുണികൾ മടക്കിവെച്ച് കഴിയുമ്പോഴെക്കും കുട്ടികൾ സ്കൂളിൽനിന്നുമെത്തും. തുണികൾ മടക്കുന്ന സമയത്ത് ഇത്തിരി ടി വി കാണും. ടി വി കാണാൻ

കഴിയുന്നതുതന്നെ വിരളമാണ്. തുണി മടക്കുമ്പോൾ, ഇസ്തിരിയിടുമ്പോൾ, പച്ചക്കറിനുറുക്കുമ്പോൾ, തുണികൾ തുന്നുമ്പോഴൊക്കെ മാത്രമെ ടി വി കാണാൻ കഴിയൂ. സന്ധ്യക്കുശേഷമെങ്കിൽ കുട്ടികളും, അച്ഛനും എന്ത് കാണുന്നുവോ, അത് കാണും. ഉച്ചയ്ക്ക് മാത്രമാണ് സ്വന്തം ഇഷ്ടത്തിന് കാണാൻ കഴിയുക, അതും കൃത്യം 15 മിനിട്ട്. അതിൽ കൂടുതൽ നടക്കില്ല. ടി വിയിലെ പെണ്ണുങ്ങളും ഇതൊക്കെത്തന്നെയാണ് ചെയ്യുന്നത്. അടിച്ചു വാരുന്നു, തുണി അലക്കുന്നു, ഇസ്തിരി ഇടുന്നു, ചോറും കറിയുമുണ്ടാക്കുന്നു...ഹും....പെണ്ണല്ലേ, ജന്മം?

നാലുമണിയായതറിഞ്ഞില്ല. പിള്ളേരെത്തി. ഇനി അവരുടെ ആഹാരമൊരുക്കണം. ഒരാൾക്ക് ചായ, മറ്റൊരാൾക്ക് ബൂസ്റ്റ്. നാലരയ്ക്ക് ബാഗുമെടുത്ത് കടയിൽപ്പോയി സാധനങ്ങളൊക്കെ വാങ്ങി വരുമ്പോഴെക്കും ആറുമണിയായി. വീണ്ടും ചപ്പാത്തി, കറി എന്നിങ്ങനെ സമയം പോയതറിഞ്ഞില്ല. ചപ്പാത്തി പരത്തുമ്പോൾ ഒരു ഇരട്ടത്തലച്ചി പാഞ്ഞുവന്നു മണിപ്ലാന്റിന്റടുത്ത് പോയി ഇരുന്നു. നല്ല ചുകന്ന തലയും അടിവയറും. പക്ഷികളുടെയിടയിൽ മുട്ടയിടാൻ ആയാൽ, ആൺകുരുവികളാണത്രെ, എല്ലാ സംഗതികളും ഒരുക്കുക—വി ടി ഇന്ദുചൂഡന്റെ പുസ്തകത്തിൽ വായിച്ച ഓർമവന്നു. പുസ്തകം വായിച്ചിട്ട് കാലമെത്രയായി. കഴിഞ്ഞദിവസം ഇതേമാതിരി ഇരട്ടത്തലച്ചിയെനോക്കി നിന്നിട്ടാണ് ദോശ കരിഞ്ഞുപോയത്. ഇനി ഇന്ന് ചപ്പാത്തി കരിയണ്ട—ഇരട്ടത്തലച്ചി കൂടു വെക്കുന്നുണ്ടാകുമോ, മണിപ്ലാന്റ് വള്ളികളിൽ?..... ആയ്.... ഇരട്ടത്തലച്ചിയിൽ നിന്നും മനസ്സ് പറിച്ചെടുത്തു. പിന്നീടാവാം. ആറരയാവുമ്പോഴെക്കും ഭർത്താവുമെത്തി. വരുമ്പോൾ ഒരു വലിയ പൊതി കടുക്കയുമായാണ് വന്നത്. ഓ! ഇനി അത് വൃത്തിയാക്കി കറിയാക്കുമ്പോഴെക്കും പത്തുമണിയാവും, തീർച്ച. ആഫീസിലെ വിശേഷങ്ങൾ, വഴിയിൽക്കണ്ടകാഴ്ചകൾ, കുട്ടികളുടെ സ്കൂൾ വിശേഷവുമെല്ലാം സംസാരിച്ചുകൊണ്ടുതന്നെ കടുക്ക വറുത്തും കറിവെച്ചും 9 മണിയോടെ തയാറായി.

ആഹാരംകഴിച്ച് പാത്രങ്ങൾ വൃത്തിയാക്കി, രാവിലെത്തേതിന് വേണ്ടതൊക്കെ ശരിയാക്കി വെച്ചു. പച്ചക്കറിവരെ രാത്രിതന്നെ നുറുക്കിവെച്ചില്ലെങ്കിൽ രാവിലെ സമയം കിട്ടില്ല. സാമ്പാറിന് പരിപ്പും കുതിർത്തുവെച്ചു. വേവാൻ എളുപ്പമാവും. എല്ലാം ശരിയാക്കി, മേലും കഴുകിവരുമ്പോഴെക്കും സമയം പതിനൊന്ന് കഴിഞ്ഞു. താഴെനിലയിൽ കതക്, മേലെ ടെറസിലേക്കുള്ള കതക് എല്ലാം അടച്ചു എന്ന് ഉറപ്പുവരുത്തി; രാത്രി പെട്ടെന്നാണ് ഇടിയും മിന്നലും വരുന്നത്. കമ്പ്യൂട്ടർ, ടി വി എന്നീ വയറുകളൊക്കെ വലിച്ചുവിട്ടു—ജനലുമൊക്കെ അടച്ചുവന്നു കിടക്കുമ്പോൾ ഭർത്താവും മക്കളും നല്ല കൂർക്കം വലി. കിടന്നിട്ടും ആലോചനയ്ക്ക് ഒരു കുറവുമില്ല. ജനലുകൾ തുറന്നിട്ടപ്പോൾ വവ്വാലുകൾ വാഴക്കൂട്ടത്തിൽ അങ്ങുമിങ്ങും പറന്നു കളിക്കുന്നു. ഛെ! ഇന്നും വാഴക്കുലവെട്ടാൻ സമയം കിട്ടിയില്ല. തെങ്ങിന് വളമിടാൻ ആളെ വിളിക്കണമെന്ന് വിചാരിച്ച് നടന്നില്ല. ബാത്ത് റൂമിലെ പൈപ്പ് ലീക്കായി, ഇരുപത്തിനാലു മണിക്കൂറും

തായമ്പക കേൾക്കുന്ന പ്രതീതിയിൽ വെള്ളം പോയ്ക്കൊണ്ടിരിക്കുന്നു. പ്ലംബറെ വിളിക്കണമെന്നു കരുതിയിരുന്നു, നടന്നില്ല. കർട്ടനുകളൊക്കെ മാറ്റണം, പുതിയത് വാങ്ങണമെന്നു കരുതി, നടന്നില്ല— നാളെയാവാം —നാളെയെങ്കിലും ബാക്കി ഒന്നും ഓർക്കാനില്ലാതെ കിടക്കാൻ പറ്റുമോ? ഒന്നും ബാക്കിവെക്കാതെ നാളെ ചെയ്യണം. നാളെയും നാലുമണിക്കെഴുന്നേറ്റാൽ, ഇതൊക്കെത്തന്നെയല്ലെ? ചെയ്തതുതന്നെ. ചെയ്തു മടുത്തു. ഈ 35 വർഷത്തിനുള്ളിൽ ഞാൻ എത്ര ചപ്പാത്തി ഉണ്ടാക്കിയിരിക്കും? എത്ര ദോശചുട്ടിട്ടുണ്ടാവും? ഇനി എത്ര ചുടും? കണക്കുവല്ലതുമുണ്ടോ? ഒരു ദിവസം ഒരു പത്ത് മിനിട്ട് മാത്രമെങ്കിലും എനിക്കുവേണ്ടി മാറ്റിവെക്കാൻ കഴിയുന്നുണ്ടോ? ഞാൻ ചെയ്യുന്നതു മുഴുവൻ വീട്ടിലുള്ളവരുടെ പണിയാണ്. ഒന്നു മുടിചീകാൻ പോലും സമയം കിട്ടാത്ത എത്ര ദിവസങ്ങൾ?

മറ്റു ആഫീസ് പണി പോലെയോ സ്കൂൾ പണിപോലെയോ 'പുറത്തുള്ള' പണിയാണെങ്കിൽ കുറേ ആൾക്കാരെ കാണാം, കേൾക്കും, പലതും പങ്കുവെക്കും, കുറേ സുഹൃത്തുക്കളുണ്ടാവും—ഇത് അതൊന്നുമില്ല. നാലു കാശുസമ്പാദിക്കുകയും ചെയ്യാം. പക്ഷേ, അപ്പോഴും ആഫീസ് പണിമുഴുവൻ തീർത്തിട്ട്, ക്ഷീണിച്ച് വന്ന് ഇതുംകൂടി ചെയ്യണ്ടേ? ജോലിക്കുപോകുന്നവർ വീട്ടുജോലി ചെയ്യാതിരിക്കുന്നുണ്ടോ? സമയമുണ്ടെങ്കിൽ അയൽക്കാരോടൊക്കെ വർത്തമാനം പറയാം— ഒഴിഞ്ഞു കിട്ടണ്ടേ?

വീണ്ടും കരിയാക്കാനായി തേക്കുന്ന പാത്രങ്ങൾ,
വീണ്ടും ചളിയാവാനായി കഴുകുന്ന തുണികൾ,
വീണ്ടും ചുളിയാനായി ഇസ്തിരിയിടുന്ന വസ്ത്രങ്ങൾ,

വീണ്ടും, നാലുമണിയാവും—അലാറമടിക്കും. ക്ലോക്കിന്റെ ചലനങ്ങൾക്ക് തുല്യമായി ഞാനും പണിയെടുക്കും—ഇതാണോ ജീവിതം? ഇതല്ലേ ജീവിതം? ഇങ്ങനെയാണോ ജീവിക്കേണ്ടത്?

ഉത്തരം മുട്ടിയപ്പോൾ കണ്ണുകൾ ഇറുകെ അടച്ചു,
വരാത്ത ഉറക്കത്തെയും കാത്ത്.........

2

ആരാണ് വീട്ടമ്മ

"Until old conventions of family and family readership are not Transformed the revolution will remain impotent."

(Communist international 1924)

ഇന്ന് എന്നല്ല, എന്നും സിനിമകളിലെ പ്രധാന കഥാപാത്രം വീട്ടമ്മയാണ്. വീട്ടമ്മയുടെ കാണാജോലികളെ പറയാതെ പ്രദർശിപ്പിക്കുകയും, സ്വയം ബോധവതികളും, ബോധവാന്മാരുമാവാൻ പ്രേക്ഷകരെ സഹായിക്കുകയും ചെയ്യാറുണ്ട് സിനിമകൾ. സഹാനുഭൂതിയോടെ സഹതാപത്തോടെ ഭാര്യമാരെ നോക്കുന്ന ഭർത്താക്കന്മാർ അസ്വസ്ഥരാകുന്നതും സ്വാഭാവികമായ കാഴ്ചയാണ്. നൈമിഷികമാണെന്നുമാത്രം.

അവാർഡ് ചിത്രങ്ങൾവരെ ഇതിനപവാദമല്ല എന്നു കാണാം. പുരുഷമേധാവിത്വ സമൂഹത്തെ ചിത്രീകരിക്കാൻ കാണിച്ചിരിക്കുന്ന രീതിയാണെങ്കിലും—ചാരുകസേരയിൽ മുറ്റത്തിരിക്കുന്ന പുരുഷൻ അകത്തേക്ക് വിളിച്ചു പറയുന്നത് "രാജമ്മേ, പശു....." പാലുതിളപ്പിക്കുന്ന, ചോറ് വാർക്കുന്ന, വെള്ളം കോരുന്ന നിശ്ശബ്ദയായ രാജമ്മ എല്ലാം ഇട്ടെറിഞ്ഞ് പശുവിനെ ഓടിക്കാൻ വരുന്നത്, സഹതാപമർഹിക്കുന്ന ഒരു രംഗമാണ് (*എലിപ്പത്തായം*).

കച്ചവട സിനിമകളിൽ പൊതുവെ സ്ത്രീകഥാപാത്രങ്ങൾ വീട്ടമ്മമാരാണ്. സാധനങ്ങൾ ആർത്തിപൂണ്ട് വാങ്ങിക്കൂട്ടുന്ന, ഭർത്താവിനെ 'ആവശ്യങ്ങളാൽ' വീർപ്പുമുട്ടിക്കുന്ന 'ജോലിചെയ്തു നാലു കാശു' സ്വന്തമായില്ലാത്തതിനെ ചൊല്ലി സ്വയം ശപിക്കുന്ന, പണിയെടുത്തു പണിയെ

ടുത്തു നട്ടെല്ലു വളഞ്ഞുപോയ വീട്ടമ്മമാർ (*തലയണ മന്ത്രം, വെറുതെ ഒരു ഭാര്യ* എന്നിങ്ങനെ പല സിനിമകളും) ഇത്തരത്തിൽ സിനിമകളിലൂടെ തരുന്ന സന്ദേശങ്ങൾ:-

* വീട്ടമ്മ യന്ത്രം പോലെ പ്രയത്നിക്കുന്നവളാണ്.
* സ്ത്രീകൾ നിത്യേന അനുഭവിക്കുന്ന മാനസികസമ്മർദം പുരുഷന്മാർക്ക് സമനിലതെറ്റാൻ മാത്രമുള്ളതാണ്.
* കുട്ടികളെ വിശേഷിച്ചും പെൺകുട്ടികളെ വളർത്തുവാൻ അമ്മമാർക്കേ കഴിയൂ.
* പെൺകുട്ടികൾ മൊത്തം പ്രശ്നമാണ്. അവരുടെ മനസ്സ് തൊട്ടറിയുവാൻ അമ്മയ്ക്കേ കഴിയൂ. ഏതു പ്രതിബന്ധവും സഹിച്ച് അവരെ അമ്മമാർ സംരക്ഷിച്ചു കൊള്ളണം.

വർധിച്ചുവരുന്ന ഏകാന്തത പ്രശ്നമാണെന്ന് അംഗീകരിക്കുമ്പോഴും അതിനുള്ള പരിഹാരം—ഒന്നുകിൽ തനിയെ വർത്തമാനം പറയുക (പിറുപിറെ പറയുക) അല്ലെങ്കിൽ പരപുരുഷനെ സമീപിക്കുക—എന്നിങ്ങനെയല്ലാതെ, വളരെ വിരളമായി മാത്രമേ പരിഹാരങ്ങൾ നിർദേശിക്കുവാൻ സിനിമകൾക്കു കഴിയാറുള്ളൂ.

സിനിമകൾക്കുള്ളഗുണം, മറ്റു മാധ്യമങ്ങൾക്കു പറയാൻ കഴിയാത്ത പലതും പറയാൻ കഴിയുമെന്നതാണ്. ഇന്ന് ആ ദൗത്യം കുറച്ചെങ്കിലും നിർവഹിക്കാൻ പല സംവിധായകരും ശ്രമിക്കുന്നുണ്ട്. പല ചോദ്യങ്ങളുമുയർത്തുന്നുണ്ട്. എങ്കിലും ഇന്നും വീട്ടമ്മമാരെക്കുറിച്ചുള്ള സാമാന്യബോധത്തിന്റെ തടവറയിലാണ് സിനിമാലോകവും.

കുടുംബിനി/വീട്ടമ്മയെ മഹത്വവൽക്കരിക്കുക, പരിഹാസപാത്രമാക്കുക അല്ലെങ്കിൽ സഹതാപത്തിനർഹയാക്കുക എന്നീ ദൗത്യങ്ങളാണിത് ചെയ്തുകൊണ്ടിരിക്കുന്നത്.

വീട്ടമ്മ ആർക്കുവേണ്ടി പണിയെടുക്കുന്നു എന്ന ചോദ്യമുയർത്തി ഒരു വിശകലനത്തിന് ശ്രമിക്കേണ്ട ഉത്തരവാദിത്വം സിനിമാലോകത്തിനുണ്ട്. യഥാർഥത്തിൽ വീട്ടമ്മ ചെയ്യുന്നത് ആരുടെ പണിയാണ്? ആർക്കുവേണ്ടിയാണ് എന്നതിന്റെ വിശദാംശങ്ങളിലേക്ക് പോകാനാണിവിടെ ശ്രമിക്കുന്നത്. വീട്, വീട്ടമ്മ എന്നീ സങ്കൽപ്പങ്ങൾ പ്രാക്-മുതലാളിത്ത സമൂഹത്തിൽ തന്നെയുണ്ടെങ്കിലും, വീട്ടമ്മ വർഗസമൂഹത്തിന്റെ മുഖ്യഘടകമായി മാറുന്നത് മുതലാളിത്ത സമൂഹത്തിലാണ്. സ്ത്രീകൾക്ക് അഭിലഷണീയമായത് വീട്ടമ്മയാവുകയാണെന്ന് മുതലാളിത്തം പഠിപ്പിക്കുന്നു. കാരണം, അവൾ വളർന്നുവരുന്ന സാഹചര്യം, അവൾക്കു കൊടുക്കുന്ന മൂല്യങ്ങൾ എന്നിവ ഒരിക്കലും തന്നെ ഒരു ഉദ്യോഗസ്ഥയാവാനോ തൊഴിലാളിയാവാനോ അല്ല, മറിച്ച് നല്ല വീട്ടമ്മയാവാനാണ്. സാമൂഹികവൽക്കരണ പ്രക്രിയ (Process of Socialisation) അവളിലെ സ്ത്രൈണത/പെണ്ണത്തം/സ്ത്രീത്വം എന്നിവയ്ക്ക് അതിഭാവുകത്വം കൽപ്പിക്കുന്നു. സുന്ദരിയും സുശീലയും കുലീനയും അടക്കവും ഒതുക്കവും ഉള്ള 'പരിശ്രമശാലി'കളായ വീടുമുഴുവൻ ഒറ്റയ്ക്ക് നടത്താൻ

പറ്റുന്ന (വിശേഷണങ്ങൾ എത്രയുമാകാം) വാർപ്പുമാതൃകകളാണ് പെൺകുട്ടികളിന്ന്. വിദ്യാസമ്പന്നയാവുകയോ അല്ലാതിരിക്കുകയോ ആവാം. രണ്ടായാലും മേൽപ്പറഞ്ഞ വിശേഷണങ്ങൾ ഒത്തിരിക്കുക എന്നത് ആശ്ചര്യമായി തോന്നുന്നു.

രണ്ടുതരത്തിലായാലും ഒരു വർഗസമൂഹത്തിൽ മുതലാളിക്ക് ലാഭമുണ്ടാക്കിക്കൊടുക്കുന്ന/സഹായിക്കുന്ന പണിയാണ് സ്ത്രീകൾ ചെയ്യുന്നത്. തൊഴിലാളി/ ഉദ്യോഗസ്ഥയാണെങ്കിൽ വരുമാനം കിട്ടുന്ന ജോലിക്കുപുറമേ ഗാർഹിക ജോലി ചെയ്യുക എന്നതല്ലാതെ, ആത്യന്തികമായി രക്ഷപ്പെടുവാൻ മാർഗമില്ല. വരുമാനം കൂടുതലുള്ള ഉദ്യോഗമാണെങ്കിൽ, ഗാർഹികജോലി മറ്റൊരു സ്ത്രീയിൽ (അപൂർവമായി മാത്രം പുരുഷൻ) എന്നതിലുപരി പുറത്തേക്ക് കടക്കുന്നില്ല. കടക്കരുത്, കടക്കേണ്ടതില്ല എന്നുതന്നെയാണ് സാമൂഹ്യക്രമത്തിന്റെ ആവശ്യം.

സ്ത്രീകൾ ചെയ്യുന്ന പ്രവർത്തികൾ പൂർണമായും പുനരുൽപ്പാദനപരമാണ്. പ്രസവം മാത്രമല്ല, ആഹാരം പാകംചെയ്യുന്നത്, തുണി അലക്കുന്നത്, വീട് വൃത്തിയാക്കുന്നത് എന്നിങ്ങനെ പലതും. ഇവയെല്ലാം സ്വന്തം തലമുറയിൽപ്പെട്ട പുരുഷന്റെ കായികവും മാനസികവുമായ പുനരുൽപ്പാദനം ഉറപ്പുവരുത്തുന്ന, ജോലികൾക്ക് തയാറാക്കുന്ന പ്രക്രിയകളാണ്. കുട്ടികളെ നോക്കുന്നത് ഇത്തരം തൊഴിലുകൾക്ക് പുതിയ തലമുറയെ തയാറാക്കലുമാണ്. അടുത്ത തലമുറയ്ക്ക് വിദ്യാഭ്യാസപരമായും വിജ്ഞാനപരമായും വികസിക്കാനുള്ള ഭൗതിക സാഹചര്യങ്ങൾ ഒരുക്കുക എന്നതും മേൽപ്പറഞ്ഞ ജോലികളിൽപ്പെടുന്നു. കാലഘട്ടത്തിനനുസൃതമായി അവർക്ക് വിദ്യാഭ്യാസം നൽകി, ആരോഗ്യശീലങ്ങൾ സൃഷ്ടിച്ച് അവരെ വളർത്തുന്നത്, മുതലാളിക്ക് പറ്റിയ നല്ല പണിക്കാരി/ പണിക്കാരൻ എന്ന നിലയ്ക്കാണ്. ഇത്തരം ജോലിക്കാരില്ലെങ്കിൽ മുതലാളിത്തം നിലനിൽക്കില്ല. അതുകൊണ്ടുതന്നെ മുതലാളിത്തം വളരാനും വികസിക്കാനുമുള്ള അധ്വാനശേഷിയെ ഗർഭപാത്രത്തിലേറ്റുന്ന പണി കൂടാതെ, പണിക്കാരെ പാകപ്പെടുത്തിക്കൊടുക്കുന്ന പണികൂടി ചെയ്യുന്നതുകൊണ്ട്, വീട്ടമ്മയുടെ പണി പ്രത്യുൽപ്പാദനപരമാണെന്ന് മാർക്സ് പറയുന്നു.

ഇന്നത്തെ മുതലാളിത്ത സമൂഹത്തിലെ കുടുംബത്തിന്റെ റോൾ മറ്റൊന്നല്ല, അച്ഛനും അമ്മയും, മകളുടെ/മകന്റെ താൽപ്പര്യംപോലും തൃണവൽഗണിച്ച് ഏത് കോഴ്സിനാണ് മാർക്കറ്റ് കൂടുതലുള്ളത് എന്ന് തേടിപ്പിടിച്ച് തൊഴിലാളികളെ സൃഷ്ടിച്ചെടുക്കുന്ന പുനരുൽപ്പാദനശാലയാണ്, ഓരോ കുടുംബങ്ങളും. സ്ത്രീകളുടെ വിദ്യാഭ്യാസം ഇത്തരം പ്രവർത്തനങ്ങളിൽ കേന്ദ്രീകരിക്കാറുമുണ്ട്. നമ്മുടെ പല വനിതാ കോളേജുകളും ഊന്നുന്ന 'സ്ത്രൈണസങ്കൽപ്പം' പുനരുൽപ്പാദപ്രവർത്തനങ്ങൾക്ക് യോജിച്ചതാണ്. അതിന്റെ നെടുനായകത്വം വഹിക്കുന്ന സ്ത്രീ ചെയ്യുന്ന പ്രവർത്തനം ഒരിക്കലും കണക്കിലെടുക്കാതിരിക്കാൻ സമൂഹത്തിന് സാധ്യമല്ല. ഇതിനെ പ്രശംസിക്കുകയും 'ഇങ്ങനെത്തന്നെയാണ്

വേണ്ടത്' എന്ന് നിലവിലുള്ള സാമൂഹ്യക്രമം പറഞ്ഞുറപ്പിക്കുകയും ചെയ്യുമ്പോൾ, യഥാർഥത്തിൽ മുതലാളിത്തം, സാമ്പത്തിക ഉത്തരവാദിത്വത്തിൽ നിന്ന് രക്ഷപ്പെടുകയാണ് ചെയ്യുന്നത്. മുതലാളിയുടെ ലാഭം കൂട്ടാൻവേണ്ടി പണിയെടുക്കുന്നത്, സ്ത്രീകളാണ്, രണ്ടുതരത്തിൽ:

1. വേതനം കുറച്ചുകൊണ്ട് ലാഭമുണ്ടാക്കുന്നു.
2. മേൽപ്പറഞ്ഞ അധ്വാനശേഷിയുടെ നിർമിതി കൂലിയില്ലാതെ ചെയ്യുന്നു.

പുത്തൻമുതലാളിത്തം വികസിക്കുന്നത് അതിന്റെ ഉൽപ്പാദനത്തെ വിവിധ രാജ്യങ്ങളിൽ വിന്യസിപ്പിച്ചുകൊണ്ടാണ്. മുതലാളിത്തം പ്രാധാന്യം നൽകുന്നത് ആഢംബരവസ്തുക്കളുടെ ഉൽപ്പാദനത്തിനാണ്. നിർമിക്കുന്നത് ഉൽപ്പന്നങ്ങൾ മാത്രമല്ല ആവശ്യങ്ങളും കൂടിയാണ്. വിവിധ സ്ഥലങ്ങളിലായി ഉൽപ്പാദനം ക്രമീകരിക്കുമ്പോൾ പലതും ഗാർഹികമേഖലയെ കേന്ദ്രീകരിച്ച് ചെയ്യുവാൻ ശ്രമിക്കുന്നത് മറ്റൊന്നും കൊണ്ടല്ല, സ്ത്രീകളുടെ അധ്വാനം കുറഞ്ഞ കൂലിക്ക് ലഭിക്കുമെന്ന് മാത്രമല്ല, വീട്ടിലിരുന്നു ചെയ്യിക്കുന്നതുകൊണ്ട്, മറ്റു മുതലാളിക്ക് ബാധകമല്ല. നിത്യകൂലി അല്ലാതെ തൊഴിലാളിയുടെ സൗകര്യങ്ങളോ മറ്റ് ആനുകൂല്യങ്ങളോ ഒക്കെ ലാഭിക്കാം. വൈദ്യുതി, ജലം, കെട്ടിടം എന്നിവ പോലും തൊഴിലാളിക്കുവേണ്ടി ചെലവാക്കേണ്ടിവരുന്നില്ല. തൊഴിലവകാശമില്ല, തൊഴിലാളിയൂണിയനില്ല, സൗകര്യങ്ങളില്ല—അതേസമയം തൊഴിലവസരങ്ങൾ ധാരാളമായി സൃഷ്ടിക്കുക എന്നതുമാണ് പുതിയ ഉൽപ്പാദനക്രമം.

സ്ത്രീകൾ ചെയ്യുന്ന ഈ കൂലിയില്ലാത്ത അധ്വാനത്തിന്റെ മുഴുവൻ പ്രയോക്താവ് സമൂഹമാണ്. പക്ഷേ, അതിനെ കുടുംബജോലിയാക്കി ചുരുക്കി മുതലാളിത്തത്തിന്റെ ആൺകോയ്മാ പ്രത്യയശാസ്ത്രം (Ideology of Capitalist Patriarchy) വിജയം കൈവരിക്കുന്നു. ആശ്രിതയായി മുദ്രയടിക്കാനും, തുല്യപങ്കാളി അല്ല എന്ന് വരുത്തിത്തീർക്കുവാനുമായി ഈ അധ്വാനത്തെ കമ്പോളത്തിനുപുറത്ത് നിർത്തുന്നു. വിലയില്ലാതാക്കുന്നു.

അതേസമയം മുതലാളിത്തത്തിന്റെ ഇരട്ടത്താപ്പ് ഈ പ്രത്യയശാസ്ത്രത്തിന് ആക്കംകൂട്ടുന്നു. പൊതുഇടത്തിലെ അധ്വാനത്തിന് മൂല്യമുണ്ട്. ഇതുതന്നെ കുടുംബത്തിനകത്ത് ചെയ്യുമ്പോൾ സ്വകാര്യഇടത്തിലെ 'സേവന'ങ്ങളായി, 'കടമയായി', 'സ്നേഹപ്രകടനമായി' മാറുന്നു. കൂടാതെ ഉൽപ്പാദനക്ഷമതയില്ലാത്തതാണെന്ന് വരുത്തിത്തീർക്കുകയും ചെയ്യുന്നു.

അടുക്കളയിൽ നടത്തുന്ന പാചകം, ഹോട്ടലിൽ/കാന്റീനിൽ നടത്തുമ്പോൾ കൂലി ലഭിക്കുന്നു.

അലക്കുകല്ലിലോ, വാഷിങ് മെഷീനിലോ അലക്കുന്ന തുണികൾ ഡ്രൈക്ലീനിങ്ങിലോ, അലക്കുകാർ ചെയ്യുമ്പോഴോ മൂല്യമുള്ളതാകുന്നു.

റിസോർട്ടുകളും പാർക്കുകളും വീട്ടിനുപുറത്തുള്ള വീടുകളാണ്.

സുഖചികിത്സയ്ക്കും, ഉഴിച്ചിലിനും വീട്ടിനുപുറത്തുപോകുന്നവരും ഇന്ന് ധാരാളമാണ്.

പഴയ കൂട്ടുകുടുംബങ്ങൾ വയോവൃദ്ധർ, വികലാംഗർ, രോഗികൾ എന്നിവരെയൊക്കെ ഉൾക്കൊണ്ടിരുന്നു. അവർക്കുവേണ്ടിയുള്ള സേവനം മുഖ്യമായും, കുടുംബത്തിലെ സ്ത്രീകൾ തന്നെയാണ് ചെയ്തിരുന്നത്. അണുകുടുംബസംവിധാനത്തിൽ അതുതന്നെ വൃദ്ധസദനമായും വികലാംഗകേന്ദ്രമായും ആശുപത്രിയായും ഹോംനഴ്സിങ്ങായും മാറുമ്പോൾ, അവിടെയുള്ള സേവനത്തിനു കൂലി ലഭിക്കുന്നു. ശിശുപരിപാലനം സ്ത്രീയുടെ ജൈവശാസ്ത്രപരമായ ബാധ്യതയായി കാണുമ്പോൾ, അതേ പ്രവർത്തനം, പൊതു ഇടങ്ങളിൽ 'സേവനമായിത്തീരുന്നു, കുടുംബത്തിൽ നിന്ന് ക്രഷിലേക്കും, നഴ്സറിയിലേക്കും മാറുമ്പോഴും ഇത് തന്നെ സംഭവിക്കുന്നു.

ഇത്തരത്തിലുള്ള പൊതു/സ്വകാര്യ ഇടങ്ങളുടെ വിഭജനം ബോധപൂർവമാണ്. സ്നേഹം, കരുണ, കടമ, ഔദാര്യം, ആത്മാർഥത എന്നൊക്കെയുള്ള 'മാറ്റുകൂട്ടൽ' മതത്തിന്റെയും കൂടി പിന്തുണയോടെയാണ് ഇന്ന് നടക്കുന്നത് എന്നത് ശ്രദ്ധേയമാണ്. സ്ത്രൈണതയുടെ അടിസ്ഥാനഘടകമായി കരുതപ്പെടുന്ന അടക്കം, വിനയം എന്നിവ സ്ത്രീകളിൽ നഷ്ടപ്പെടുകയാണെന്ന് സംഘപരിവാർ. അതുകൊണ്ട് സ്ത്രീകൾ അവരുടേതായ സദ്ഗുണങ്ങൾ നഷ്ടപ്പെടുത്താതെ കുടുംബത്തിൽ സുരക്ഷിതരായിക്കുന്നതു തന്നെയാണ് ശരിയെന്ന് ഹിന്ദുത്വം. പുരുഷന്മാരുടെ കഴുകൻ കണ്ണുകളിൽ നിന്ന് സ്ത്രീസുരക്ഷിതയാവണമെങ്കിൽ വസ്ത്രധാരണംപോലും ശ്രദ്ധയോടെ വേണമെന്ന് ഇസ്ലാംമതം പറയുന്നു. പൊതു ഇടങ്ങളായ തൊഴിൽശാലകൾ പോലും മുസ്ലിങ്ങളിൽ ചിലവിഭാഗത്തിന് 'ഹറാമാ'യിത്തീരുന്നു.

പതിനാറാം നൂറ്റാണ്ടിലെ ഉദയംപേരൂർ സൂന്നഹദോസിനുശേഷം, ഒരിക്കലും പൊളിച്ചെഴുതാത്ത പരികൽപ്പനകളുമായാണ് ക്രിസ്തുമതം ട്യൂടോണിക് ക്രിസ്ത്യൻ ധാർമികത (Teutonic Christian Morality) യുടെ ചുവടുപറ്റി, അനുസരണയുള്ളവളായി, സേവനമനസ്കയായി, കുടുംബത്തിനുവേണ്ടി അധ്വാനിക്കാൻ പെൺകുട്ടികളെ മൂശയിലിട്ട് വാർക്കുകയും അതേസമയം പുത്തൻസാങ്കേതികവിദ്യ പഠിച്ച്, സമ്പാദ്യശീലമുള്ളവനാക്കി, കുടുംബത്തെ പോറ്റാനുള്ള കഴിവ് ഉണ്ടാക്കുന്ന ആൺകുട്ടികളെ വാർത്തെടുക്കുകയും ചെയ്യുന്ന സാമൂഹ്യവൽക്കരണത്തിലൂടെ ലിംഗപരമായ തൊഴിൽ വിഭജനം പൂർത്തിയാക്കുന്നു.

ഭർത്താവിന്റെ വംശം നിലനിർത്തുവാനുള്ള സന്തതികളെ പ്രസവിക്കുകയും ഭർത്താവിനെയും ഭർത്താവിന്റെ കുടുംബാംഗങ്ങളേയും അനുസരണയോടെ 'ത്യാഗി'യായി സേവിക്കുകയും ചെയ്യുന്ന ഒരുവളെ വിവാഹം കഴിക്കുമ്പോൾ, അവൻ തിരിച്ച് അവൾക്കൊരു 'ജീവിതം' കൊടുക്കുന്നു. 'കുടുംബം' സൃഷ്ടിക്കുന്നു. ആജീവനാന്തം അവളെ സംരക്ഷിക്കുന്നു. ഇതിന് സാമൂഹ്യക്രമം പറയുന്നത്.

“ഇതാ അവളുടെ നിസ്വാർഥ സേവനത്തിനുള്ള പ്രതിഫലം”

“ഇതാ അവളുടെ പാതിവ്രത്യത്തിനും, കടമകൾക്കുമുള്ള പ്രതിഫലം”

ഭർത്താവിന്റെ ജീവിതം, സ്വപ്നം, സമ്പാദ്യം ഇവയെല്ലാം ‘പ്രതിഫല’മെന്ന്!!!

പുരുഷനിലൂടെയാണ് പ്രതിഫലം എന്നത് മിഥ്യയാണ്, തെറ്റായ വ്യാഖ്യാനമാണ്.

ഭർത്താവ്/അച്ഛൻ/സഹോദരൻ എന്നിവരിൽ നിന്നല്ല പ്രതിഫലം ലഭിക്കേണ്ടത്, മറിച്ച് സമൂഹമാണ് പ്രതിഫലം നൽകേണ്ടത്. നിലനിൽക്കുന്ന സാമൂഹികക്രമത്തിന്റെ ചുമതലയാണ് വീട്ടമ്മ ഏറ്റെടുത്ത് ചെയ്യുന്നത്. ഭർത്താവിലൂടെ/അച്ഛനിലൂടെ/സഹോദരനിലൂടെ അല്ല എന്നുപറയുവാനുള്ള കാരണം ഭർത്താവും അച്ഛനും സഹോദരനുമൊക്കെ അടങ്ങുന്ന പുരുഷന്മാർ, മുതലാളിത്ത വികസനത്തിനുവേണ്ടി പണിയെടുക്കുന്നവരും, മുതലാളിത്തത്തിന്റെ ചൂഷണത്തിന് വിധേയരാവുന്നവരും ആണെന്നതുകൊണ്ടുതന്നെയാണ്.

വീട്ടമ്മയുടെ അധ്വാനത്തെ അംഗീകരിക്കുന്ന ഭർത്താക്കന്മാർ ഇന്ന് വർധിച്ചുവരുന്നുണ്ട്. പല ഗാർഹിക ജോലികളും ഭാര്യയും ഭർത്താവും ഉദ്യോഗസ്ഥരായ പല കുടുംബങ്ങളിലും പങ്കുവെക്കാൻ തയാറാവുന്നുണ്ട്. പങ്കുവെച്ചാലും, അതല്ല പൂർണമായി പുരുഷന്മാർ ഏറ്റെടുത്താൽ ത്തന്നെയും, ഇത് കാണാജോലിയല്ലാതാവുന്നില്ല. മുതലാളിത്തത്തിന് ഔദാര്യമായി ചെയ്യുന്ന കൂലിയില്ലാ പണിയാവാതിരിക്കുന്നില്ല. കുടുംബത്തിനുള്ളിൽ നിന്ന് ഇത് പൊതു ഇടത്തിലേക്കെത്തുന്നില്ല. പൊതു ഇടത്തിലെത്തിയാൽ മുതലാളിത്തത്തിനും അവരുടെ ഭരണകൂടങ്ങൾക്കും കനത്ത ബാധ്യതയാകുമെന്നതുകൊണ്ട് കുടുംബങ്ങളിൽ വീട്ടുജോലിയെ നിലനിർത്താൻ തന്നെയാണ് അവരുടെ ശ്രമം.

കുടുംബങ്ങളെവരെ ഇന്ന് കരാർസ്വഭാവമുള്ള സാമ്പത്തിക യൂണിറ്റുകളായി മാറ്റിക്കൊണ്ടിരിക്കുകയാണ്. സ്ത്രീപുരുഷന്മാർക്ക് നൈസർഗികമായ പ്രണയത്തെയും, വൈകാരികമായി പങ്കുവെക്കാനുള്ള ആഗ്രഹങ്ങളെയും ഉപയോഗപ്പെടുത്തിയാണ് കുടുംബങ്ങൾ രൂപംകൊള്ളുന്നത്. ക്രമേണ അതൊരു സാമ്പത്തിക കരാറും ബാധ്യതയുമായി മാറുന്നു. കുടുംബജോലി ഒരു ഭാരമാകുന്നു. സാമൂഹികത്തൊഴിലിൽ നിന്ന് മാറ്റിനിർത്തപ്പെടുന്ന സ്ത്രീ കുടുംബത്തിൽ നിന്നും, അന്യവൽക്കരിക്കപ്പെടുകയാണ്.

3

വീട്ടമ്മയും അന്യവൽക്കരണവും

"Social progress is exactly measured by the social status of the beautiful sex."

(Marx)

ബസ് വളാഞ്ചേരിയെത്തുകയായിരുന്നു. ഇടുപ്പിൽ കുട്ടിയുമായി കയറിയ സ്ത്രീ പരിചയമുള്ളപോലെ ചിരിച്ചുകൊണ്ട് അടുത്ത് ഇരിപ്പുറപ്പിച്ചു.

"തൃശൂർക്കാണോ?" ഞാൻ സംഭാഷണമാരംഭിച്ചു.

"ങ്ഉം. അതെ, നിങ്ങളോ?"

"ഞാനും, എവിടെയാ ജോലി?"

"ഇവിടെയല്ല, പുറത്താ, സൗദിയിലാ"

"ഓ! അപ്പോൾ ലീവിൽ വന്നതാണോ?"

"അയ്യോ! എനിക്കല്ല, ഭർത്താവിന്"

"എനിക്ക് പ്രത്യേകിച്ച് പണിയൊന്നുല്യ, ഹൗസ് വൈഫാ"

പലപ്പോഴും നമ്മുടെ വീട്ടമ്മമാർ അവരുടെ സാമൂഹികാവസ്ഥ (Status) ഭർത്താവിന്റെ ഉദ്യോഗത്തിന്റെ അടിസ്ഥാനത്തിലാണ് കാണാറ് പതിവ്. വിവാഹത്തിനു മുൻപ് അച്ഛന്റെ, പിന്നീട് ഭർത്താവിന്റെ—വിദ്യാസമ്പന്നയായാലും, സ്ഥിതി മറിച്ചല്ല. ഉദ്യോഗാർഥികളായ സ്ത്രീകൾക്കു വേണ്ടി വരാറില്ല എന്നതും ശ്രദ്ധേയമാണ്. ഉദ്യോഗസ്ഥയായാലും മൊത്തത്തിൽ സ്ത്രീകൾ കാംക്ഷിക്കുന്നത്, സാമൂഹികക്രമം അവരോട് ആവശ്യപ്പെടുന്ന രീതിയിൽ ഒരു വീട്ടമ്മയാവാനാണ്.

“റിട്ടയർമെന്റ് കഴിഞ്ഞിട്ട് വേണം, ഒന്നുവീട്ടിൽ സ്വസ്ഥമായിരിക്കാൻ, എന്നിട്ടുവേണം വീടൊക്കെ ഒന്നു വൃത്തിയാക്കാൻ! പുതുക്കിപ്പണിയാൻ” എന്നിങ്ങനെ തുറന്നുപറയുന്ന എത്രയോ ഉദ്യോഗസ്ഥകളായ സ്ത്രീകൾ നമ്മുടെയിടയിലുണ്ട്. രണ്ടു കൂട്ടരുടെയും അനിവാര്യതയാണ് വീട്ടുജോലി എന്നത്—അതേസമയം ഒരു വർഗസമൂഹത്തിൽ വീട്ടമ്മമാരും ഒരു അനിവാര്യതയാണ്.

പക്ഷേ, മുതലാളിത്തം നിലനിൽക്കണമെങ്കിൽ, തൊഴിലെടുക്കുന്ന സ്ത്രീകൾ ഉണ്ടായേ തീരൂ! ഉദ്യോഗം/തൊഴിലിടം, വീട് എന്നീ തുല്യ പ്രാധാന്യമുള്ള പ്രവൃത്തിരംഗങ്ങളിൽ കർമനിരതരാവേണ്ടവരാണ്. ഉദ്യോഗസ്ഥകളായ സ്ത്രീകൾ, രാവിലെ ഓഫീസിലെത്താനുള്ള അത്രതന്നെ ധൃതി, വൈകീട്ട് വീട്ടിലെത്താനുണ്ടെന്നതിലുപരി, രാവിലെ ഓഫീസിൽ/ ജോലിസ്ഥലത്ത് എത്തിയാലും അധ്വാനം, വൈകീട്ട് തിരിച്ചെത്തുമ്പോഴും അധ്വാനം എന്നത് നിർബന്ധമാക്കുന്ന രീതിയിലാണ് സാമൂഹ്യക്രമം അവരെ പാകപ്പെടുത്തിയിരിക്കുന്നത്. മധ്യവർഗവീട്ടമ്മ, ഉപകരണങ്ങളുടെ സഹായത്തോടെ ഗാർഹികാധ്വാനത്തിന്റെ ഭാരം കുറയ്ക്കുകയോ, മറ്റൊരു സ്ത്രീയിൽ ഈ അധ്വാനം നിക്ഷേപിക്കുകയോ ചെയ്യുമ്പോൾ, താഴെക്കിടയിലുള്ള തൊഴിലാളി സ്ത്രീ, രണ്ടും കൂടി ഒന്നിച്ചുകൊണ്ടു പോവാൻ, ‘പാർട്ട് ടൈം തൊഴിലിലേക്ക്’ കൂടുതൽ സൗകര്യം നോക്കി മാറുന്നു, അതോടെ മുതലാളിത്ത ക്രമത്തിന് സ്വയം പാകപ്പെടുത്തുന്നു.

ഒരു മുതലാളിത്ത സമൂഹത്തിൽ അധ്വാനത്തിന്റെ അന്യവൽക്കരണത്തിന് വസ്തുനിഷ്ഠവും ആത്മനിഷ്ഠവുമായ വശങ്ങളുണ്ട്. തൊഴിൽ വിഭജനം എന്നത് സാമൂഹികക്രമം നിർബന്ധമാക്കുകയാണ്. ഒരു വ്യക്തി സ്വയം തീരുമാനിച്ചുണ്ടാക്കുന്നതല്ല തൊഴിൽവിഭജനം, സമൂഹം നിർബന്ധിക്കുന്നതാണ്. ജീവിതോപാധിയായി ഒരു തൊഴിൽ ഏറ്റെടുക്കുകയാണ് ചെയ്യുന്നത്. ഇത്തരത്തിലുള്ള തൊഴിൽ വിഭജനം മുതലാളിത്ത സൃഷ്ടിയല്ല. പക്ഷേ, ചരിത്രത്തിലാദ്യമായി മുതലാളിത്തത്തിൽ പുതിയതരം തൊഴിൽ വിഭജനം സൃഷ്ടിക്കപ്പെട്ടിട്ടുണ്ട്. അത് സാങ്കേതിക വിദ്യയിലൂന്നിയ തൊഴിൽ വിഭജനമാണ്. തൊഴിൽ കൂടുതൽ കൂടുതൽ തുണ്ടവൽക്കരിക്കുമ്പോൾ തൊഴിൽരംഗത്ത് കൂടുതലായി അസംതൃപ്തി നിലനിൽക്കുന്നു. ആത്മനിഷ്ഠമായ ഒരുതരം അന്യവൽക്കരണത്തിലേക്കായിരിക്കും ഇത് നയിക്കുക. കാരണം, മുതലാളിത്ത സമൂഹത്തിലെ പ്രത്യേകത തന്നെ, സാമൂഹികോൽപ്പാദനവും സ്വകാര്യ അപഹരണവുമാണല്ലോ! അതിന്റെ ഭാഗമായി വസ്തുനിഷ്ഠമായ അന്യവൽക്കരണവും നടക്കുന്നു. അവനവനുൽപ്പാദിപ്പിക്കുന്ന ഉൽപ്പന്നവുമായി സാമ്പത്തിക ബന്ധം മാത്രം സൃഷ്ടിച്ചെടുക്കുന്നതിലൂടെയാണ് വസ്തുനിഷ്ഠമായ അന്യവൽക്കരണം പ്രകടമാകുന്നത്. സ്ത്രീകളുടെയിടയിൽ സാങ്കേതിക പരിജ്ഞാനം താരതമ്യേന കുറവാണ്. തൊഴിൽ സാധ്യതകൾ സാങ്കേതിക പരിജ്ഞാനത്തിന്റെ അടിസ്ഥാനത്തിലാകുമ്പോൾ, അവർക്ക് തൊഴിൽ നിഷേധിക്കപ്പെടുന്നു. സാങ്കേതിക പരിജ്ഞാനമു

ള്ളവർ തന്നെ, പ്രസവാവധി പോലുള്ള നീണ്ട അവധിക്കുശേഷം തിരിച്ചുവരുമ്പോഴെക്കും, പഠിച്ചിരുന്ന/ചെയ്തിരുന്ന സാങ്കേതികവിദ്യ കാലഹരണപ്പെട്ടു പോകുന്നതായി അറിയുന്നു. അറിവ് കാലികമാക്കാനുള്ള സ്ഥിരമായ സംവിധാനങ്ങൾ, സാഹചര്യങ്ങൾ സ്ത്രീകൾക്ക് കുറവാണ്. സാങ്കേതിക വിദ്യാഭ്യാസത്തിനോട് പോലും മുഖം തിരിക്കുന്ന രീതി പെൺകുട്ടികളുടെ ഇടയിലുണ്ട്. സാമൂഹികവൽക്കരണത്തിന്റെ പ്രശ്നമായിത്തന്നെയാണ് നാം ഇതിനെ കാണുന്നതും. ഒരു വർഗസമൂഹത്തിൽ —പുതിയ തൊഴിൽ സാധ്യതകൾ നിർമിക്കുന്ന മുതലാളിത്ത സമ്പദ്വ്യവസ്ഥയിൽ സ്വാഭാവികമായും സാങ്കേതിക പരിജ്ഞാനം കുറഞ്ഞവൾ എന്നും അന്യവൽക്കരിക്കപ്പെട്ട തൊഴിലിൽ നിയോഗിക്കപ്പെട്ടവൾ എന്നുമുള്ള രണ്ടു പരിമിതികളാണ് സ്ത്രീ തൊഴിലാളികൾക്ക് നേരിടേണ്ടിവരുന്നത്.

സാങ്കേതിക പരിജ്ഞാനം കുറയുമ്പോൾ, സമഗ്രമായ ലോകവീക്ഷണം തന്നെ ഇല്ലാതാവുന്നു എന്നാണ് മാർക്സിസ്റ്റായ സഫിയോട്ടി പറയുന്നത്. സ്ത്രീകളുടെ അധ്വാനരംഗത്തെ സ്വാധീനിക്കുന്ന മൂന്ന് ഘടകങ്ങളെക്കുറിച്ച് അവർ പരാമർശിക്കുന്നുണ്ട്.

1. മനുഷ്യ ജീവൻ നിലനിർത്താനാവശ്യമായ ആഹാരസാധനങ്ങളുടെ നിർമാണം. അസംസ്കൃത അരി, പലപ്പോഴും പച്ചക്കറി, മാംസം എന്നീ ഭക്ഷ്യവസ്തുക്കൾ ഭക്ഷ്യയോഗ്യമാക്കുന്നതിനുള്ള അധ്വാനം.
2. കുടുംബം നിലനിർത്താനാവശ്യമായ സേവനപ്രവർത്തനങ്ങൾ – ശിശുപരിപാലനം, രോഗി/വൃദ്ധപരിചരണം, വൃത്തിയാക്കൽ, തുടയ്ക്കൽ, അടിക്കൽ എന്നിങ്ങനെയുള്ള ദൈനംദിന ഗാർഹിക ജോലികൾ.
3. നേരിട്ടുള്ള ഉൽപ്പാദനരംഗത്തിറങ്ങി, വേതനം ലഭിക്കുന്ന തൊഴിൽ.

ഇത്തരത്തിൽ സ്ത്രീകളുടെ അധ്വാനം വിപുലമായിരിക്കുന്നതു തന്നെ പുരുഷന്മാരുടെ അധ്വാനത്തിൽ നിന്നു വ്യത്യസ്തമാണതെന്ന് കാണിക്കുന്നു. അതുകൊണ്ട് തന്നെ അന്യവൽക്കരണത്തിന്റെ കാര്യത്തിലും സ്ത്രീകളുടെ തൊഴിൽ വ്യത്യസ്തത പുലർത്തുന്നു.

സാങ്കേതികപരിജ്ഞാനം നേടുക എന്നത് സാധാരണ തൊഴിൽ പരിശീലനമല്ല. തൊഴിൽ പരിശീലനത്തിന്റെ ഉദ്ദേശ്യം തൊഴിൽ ലഭിക്കുക, സമ്പാദിക്കുക എന്നതാണെങ്കിൽ സാങ്കേതിക പരിജ്ഞാനത്തിന് സാംസ്കാരികവും, വികസനപരവും മാനസികവും ജൈവശാസ്ത്രപരവും രാഷ്ട്രീയവുമായ മാനങ്ങൾ കൂടിയുണ്ട്. സാമൂഹിക–സാംസ്കാരിക–രാഷ്ട്രീയ വീക്ഷണങ്ങൾ പരിപോഷിപ്പിക്കപ്പെടുമ്പോഴേ സാങ്കേതിക പരിജ്ഞാനം ഫലപ്രദമാവുകയുള്ളൂ. ഇത്തരത്തിൽ ഒരു പുരുഷ തൊഴിലാളിയുടെ രൂപവൽക്കരണം സ്ത്രീ തൊഴിലാളിയുടേതിൽ നിന്ന്

വ്യത്യസ്തമാണ്.

സാങ്കേതിക പരിജ്ഞാനം നിഷേധിക്കപ്പെടുമ്പോൾ, അവൾക്ക് നിഷേധിക്കപ്പെടുന്നത് സാമൂഹികമായ, ശാസ്ത്രീയമായ, വികസനപരമായ ലോകവീക്ഷണമാണ്. അറിവിന്റെ, അതുവഴി തൊഴിലിന്റെ രീതിയിൽ നിന്ന് അവൾ അന്യവൽക്കരിക്കപ്പെടുകയാണ്.

സ്ത്രീകളുടെ വീട്ടുജോലി/ഗാർഹികാധ്വാനത്തിൽ ഉൽപ്പാദനപ്രവർത്തനവും പരോക്ഷമായ ഉൽപ്പാദന പ്രവർത്തനം ഉൾപ്പെടുന്നുണ്ട്. കൃഷി, കന്നുകാലി വളർത്തൽ, കോഴിഫാം പ്രവർത്തനം തുടങ്ങി ഒട്ടേറെ ജോലികളിൽ ഏർപ്പെടുന്ന സ്ത്രീകളുടെ എണ്ണം കുറവല്ല. മിക്കവാറും പാകം ചെയ്ത ആഹാരസാധനങ്ങളാണ്, 'ഇൻസ്റ്റന്റ് ഫുഡ്' എന്ന നാമധേയത്തിൽ നവ മുതലാളിത്ത കാലഘട്ടത്തിൽ വീട്ടമ്മയെ തേടിയെത്തുന്നത്. വെറുതെ ചൂടാക്കുകയോ വെള്ളത്തിലിട്ട് കുതിർക്കുകയോ മറ്റോ ചെയ്താൽ നേരിട്ട് ഉപഭോഗം ചെയ്യാവുന്ന രീതിയിലാണ് ഇന്ന് ആഹാരസാധനങ്ങൾ മാർക്കറ്റിൽ എത്തുന്നത് (ഉദാ: ഇടിയപ്പം/നൂൽപിട്ട്, ഉപ്പുമാവ് എന്നിങ്ങനെ പലതും). അതിന്റെ ഉൽപ്പാദനത്തിലൊന്നും ഇന്നത്തെ മധ്യവർഗ വീട്ടമ്മയ്ക്ക് പങ്കില്ല. അവർ വെറും ഉപഭോക്താവായി മാത്രം അധഃപതിക്കുന്ന സ്ഥിതിവിശേഷം വിപണി കേന്ദ്രീകൃതതൊഴിലിന്റെ തുണ്ടുവൽക്കരണം സൃഷ്ടിച്ചെടുക്കുന്നുണ്ട്.

മറ്റുള്ള ഗാർഹികാധ്വാനം സ്വയം ബാഹ്യവൽക്കരിക്കാൻ ഉതകുമെങ്കിലും, ആഹാരോൽപ്പാദനത്തെ അത്തരത്തിൽ ബാഹ്യവൽക്കരിക്കാൻ സാധിക്കാഞ്ഞത്, ആ അധ്വാനം നിർബന്ധമാണ് എന്നതുകൊണ്ടു തന്നെയായിരുന്നു. ഇന്നു കണ്ടുവരുന്ന 'ഇൻസ്റ്റന്റ് ഫുഡ്', ഒരുതരം 'എന്റേതല്ലാഞ്ഞത് ഞാൻ പാചകം ചെയ്യുന്നു, ഭക്ഷ്യയോഗ്യമാക്കുന്നു' എന്ന ചിന്തയുണ്ടാക്കാൻ സഹായിക്കുന്നു. കാരണം, ഇത്തരം ആഹാരം നമ്മുടെനിഷ്ടത്തിന് ആത്മാവിഷ്കാരത്തോടെ പാകം ചെയ്യുന്നതല്ല, പകരം, അതിന്റെ നിർമാതാവിന്റെ ആജ്ഞകൾക്കനുസൃതമായി പാകപ്പെടുത്തി എടുക്കേണ്ടവയാണ്. ഇല്ലെങ്കിൽ ഇത് ഭക്ഷ്യയോഗ്യമല്ലാതായിത്തീരുമെന്നതും സത്യമാണ്. അതുകൊണ്ടുതന്നെ, അത്തരം ഭക്ഷ്യസാധനങ്ങൾ ഗാർഹികാധ്വാനത്തിൽനിന്ന് രക്ഷപ്പെടാൻ സഹായിക്കുമ്പോൾത്തന്നെ ഒരുതരം 'അന്യത്വം' സൃഷ്ടിച്ചെടുക്കാനും സഹായിക്കുന്നു.

4

അടുക്കള പങ്കുവെക്കുക

"At the present stage of history civilization is almost exclusively masculine, a civilization of power, in which woman has been thrust aside in the shade."

(Tagore)

തൊഴിലെടുക്കുന്ന ഭാര്യാഭർത്താക്കന്മാർ പലപ്പോഴും ഗൃഹജോലികൾ പങ്കുവെക്കുന്നുണ്ട്. കഴിഞ്ഞ കുറേക്കാലങ്ങളിലെ നിരന്തരമായ ചർച്ചകളുടെയും സംവാദങ്ങളുടെയും ഫലമായി, ഇരട്ട അധ്വാനം, കുടുംബത്തിലെ ജനാധിപത്യം പോലുള്ള വാക്കുകൾ വളരെയധികം സുപരിചിതമായിരിക്കുകയാണ്. സ്ത്രീകളും പുരുഷന്മാരും തങ്ങളുടെ അവസ്ഥയെ സ്വയം മനസിലാക്കുന്നതിന്റെ ഭാഗമാണിത്. പറയുന്നതുകേട്ടാൽ തോന്നും ഇപ്പോ

പല തരത്തിലുള്ള അഭിപ്രായങ്ങളും അഭിപ്രായവ്യത്യാസങ്ങളും ഈ പങ്കുവയ്ക്കലിനെ കുറിച്ചുണ്ടാവാറുണ്ട്. പുരുഷന്മാരെ അപേക്ഷിച്ച് സ്ത്രീകൾ കൂടുതലായി പാകപ്പെടുത്തപ്പെട്ടവരാണ്. 'വെളിച്ചം പ്രകാശിക്കുന്നതുപോലെ' തുണികൾ അലക്കി വെളുപ്പിക്കുന്നവരായും 'അണുബാധയില്ലാത്ത കീച്ച് കീച്ച് ശബ്ദം കേൾപ്പിക്കുന്ന രീതിയിൽ' പാത്രം തേച്ചുമിനുക്കുന്നവരായും, 'മുഖം നോക്കാൻ പാകത്തിൽ പളുങ്കുപോലെ മിന്നുന്നനിലം തുടയ്ക്കുന്നവരായും' ഒക്കെയായി മാധ്യമങ്ങളും മുതലാളിത്തത്തിന്റെ പരസ്യങ്ങളും സ്ത്രീകളെ നല്ലപോലെ 'ബ്രെയ്ൻവാഷ്' ചെയ്തിരിക്കുന്നു. താൻ സ്വയം ചെയ്താലേ എല്ലാം ശരിയാവൂ എന്ന്

വാശിവച്ചു ജോലിചെയ്യുന്ന വീട്ടമ്മ. ഇതൊന്നും പുരുഷന്മാർക്കു പറ്റിയതല്ല എന്നുറച്ചു വിശ്വസിക്കുന്ന വീട്ടമ്മ.

വീട് വൃത്തിയാക്കാൻ കഴിഞ്ഞില്ലെങ്കിൽ, കറിയുണ്ടാക്കാൻ കഴിഞ്ഞില്ലെങ്കിൽ കുറ്റബോധത്താൽ വീർപ്പുമുട്ടുന്ന വീട്ടമ്മ. ഇതൊക്കെ വീടുകളിൽ പ്രശ്നവൽക്കരിക്കുന്നതുകൊണ്ട് ഇതൊക്കെയാണ് താൻ ചെയ്യേണ്ടത് എന്ന സ്വയം പാകപ്പെടുത്തൽ കാരണവും വീട്ടമ്മ പലപ്പോഴും മാറി ചിന്തിക്കാൻ കൂട്ടാക്കാറില്ല.

അതേസമയം സഹായിക്കാൻ മനസുണ്ടാവുകയും അതു കൂടെക്കൂടെ പറയുകയും ചെയ്യുന്ന പുരുഷന്മാർ വിരളം. എങ്ങനെ പ്രാവർത്തികമാക്കാം എന്നറിയുന്നവർ ചുരുക്കം. പൂർണമായി സഹകരിക്കുന്നവർ ഇല്ലാതില്ല. ഭൂരിപക്ഷവും ഒഴിഞ്ഞുമാറുന്നവരാണ്. അതിന് പല കാരണങ്ങളും പറയാറുണ്ട്. പലപ്പോഴുമായി നാം കേൾക്കാറുള്ള കാരണങ്ങൾ:

1. എനിക്ക് വീട്ടുജോലി പങ്കുവെക്കാൻ യാതൊരു പ്രശ്നവുമില്ല. പക്ഷേ, എനിക്ക് കാര്യമായി അറിയില്ല. അവനവൻ അറിയുന്ന കാര്യങ്ങൾ ചെയ്യുന്നതല്ലേ ഭംഗി? ചെറിയ ചെറിയ സഹായങ്ങൾ, ബൾബ് മാറ്റുക, തേങ്ങ ചുരണ്ടുക, കായ്കറികൾ നുറുക്കുക, ഫർണിച്ചർ മാറ്റിയിടുക എന്നതൊക്കെ ചെയ്യാം.

(ഒരുമാസം എത്ര ബൾബ് മാറ്റേണ്ടിവരും, എത്ര ഫർണിച്ചർ മാറ്റേണ്ടിവരും?) (അതായത് ഇത്തരം മടുപ്പിക്കുന്ന പണിക്കൊന്നും എന്നെ കാക്കണ്ട എന്നർഥം).

2. എനിക്ക് സഹായിക്കാൻ പ്രശ്നമൊന്നുമില്ല. പക്ഷേ, എങ്ങനെയൊക്കെയാണ് ചെയ്യേണ്ടത് എന്നെനിക്ക് പറഞ്ഞു തന്നാൽമതി. കാരണം, എനിക്കിതൊന്നും ഓർമയിൽ നിൽക്കില്ല. നീ കൂടെനിന്ന് പറഞ്ഞു തന്നാൽ ചെയ്യാം. എത്ര ഉപ്പിടണം, എത്ര മല്ലിപ്പൊടിയിടണം എന്നൊന്നും എനിക്കറിയില്ല. കുറേ സംശയങ്ങളാണ്. അതുകൊണ്ട് നീ കൂടെ നിന്നാൽ ഞാൻ ചെയ്യാം.

(സ്ത്രീകൾ സഹായം ആവശ്യപ്പെടുന്നത് വിശ്രമസമയം സൃഷ്ടിക്കാനാണ്. കൂടെനിന്നു ചെയ്യാനാണെങ്കിൽ വെറുതെ എന്തിനാ ബുദ്ധിമുട്ടുന്നത്? ബുദ്ധിമുട്ടിക്കുന്നത്?)

3. ഞങ്ങൾക്ക് എത്ര സുഖമായിരുന്നു. അറിയോ? വൈകിട്ട് ഗ്രൗണ്ടിൽ ചെന്ന് കളിച്ചശേഷം വന്നു കുളിച്ചു റെഡിയാകുമ്പോൾ അമ്മ ചൂടുള്ള കഞ്ഞിയും പയറും വിളമ്പിത്തരും.

(നാളികേരം ചുരണ്ടിക്കൊണ്ട് ഭർത്താവ് ഇതുപറയുമ്പോൾ, സ്വാഭാവികമായും വിവാഹം കഴിച്ചതോടെ ബാധ്യതയായി, പ്രാരാബ്ധമായി, വീട്ടുജോലിയില്ലാത്ത ഒരു കുടുംബജീവിതം എത്ര സുഖകരം, കശപിശയില്ല, അടിപിടിയില്ല എന്നുസാരം.)

4. നിന്റെ സമയത്തിൽ നിന്റെ രീതിയിൽ സഹായിക്കാൻ ബുദ്ധിമുട്ടുണ്ട്. നിന്റെ രീതിയിൽ ഞാൻ ചെയ്യണമെന്ന് ശഠിക്കുന്നതെന്തിനാ? എന്റെ രീതിയിൽ ഞാൻ ചെയ്യാം. വേണമെങ്കിൽ അംഗീകരിച്ചാൽ മതി— കൂടെ ഒരു പിറുപിറുപ്പും.

5. "എന്ത് വൃത്തികേടാ ഇവിടെയൊക്കെ? എങ്ങനെയാ, ഇവിടെ കഴിയുന്നേ........."

(ഇത്രയുമാവുമ്പോഴേക്ക് സ്ത്രീകൾക്ക് കുറ്റബോധമായി.)

പുരുഷൻ വീട്ടുപണി ചെയ്തുകൊണ്ടിരിക്കുമ്പോൾ, സുഹൃത്തുക്കൾ വീട്ടിൽ വന്നാൽ പലതരം രംഗങ്ങളുമുണ്ടാവാറുണ്ട്. സ്ത്രീകൾ പെട്ടെന്ന് പുരുഷന്മാരോട് മാറിക്കൊള്ളാൻ പറയുക. പുരുഷന്മാർ പെട്ടെന്ന് കൈയും കഴുകി പുറത്ത് വന്നിരിക്കുക, എന്നിങ്ങനെ പലതും. പക്ഷേ സുഹൃത്തിന്റെ ഭാഗത്തുനിന്നുള്ള ചോദ്യം പലപ്പോഴും "ഇതെന്താ വനിതാ വിമോചനമോ?" എന്ന് സ്ത്രീയോടും "ഭാര്യ ഫെമിനിസ്റ്റോ?" എന്ന് ഭർത്താവിനോട് സഹതാപാർദ്രമായും ചോദിക്കാൻ മറക്കാറില്ല. (കേരളത്തിൽ മാത്രമാണീ ദുരവസ്ഥ. പുറത്തില്ല എന്നതും ശ്രദ്ധേയം)

ഇത്തരം ചോദ്യങ്ങൾക്ക് സ്ത്രീകളിൽ നിന്നുണ്ടാവേണ്ട ഉത്തരം:

"അല്ല മാഷേ! പങ്കാളിത്ത ജനാധിപത്യമാണ്" എന്നാണ്.

* * * *

പങ്കാളിത്ത ജനാധിപത്യം കുടുംബത്തിൽ നിന്ന് തുടങ്ങേണ്ടതാണ്. കുടുംബബന്ധങ്ങൾ എന്നത് തുറന്ന പുസ്തകമായിരുന്നാലേ അത് സാധ്യമാകൂ! അധ്വാനത്തിന്റെ പങ്കാളിത്തം മാത്രമല്ല, ആശയങ്ങളുടെ അഭിപ്രായങ്ങളുടെ, മനസിന്റെ പങ്കുവെക്കലും കൂടി അത്യാവശ്യമാണ്. ഒരു ദിവസത്തെ അധ്വാനശേഷം നാമോരോരുത്തരും കുടുംബത്തിലേക്ക് എത്താൻ വേണ്ടി വെമ്പൽകൊള്ളുന്നതെന്താണ്? ഒരു ദിവസത്തെ അധ്വാനശേഷമുള്ള വിശ്രമത്തിനുമാത്രം കൊതിച്ചുകൊണ്ടല്ല. പകൽ നടന്ന കാര്യങ്ങളും പ്രശ്നങ്ങളും പങ്കുവെക്കാനും മനസ്സ് തുറക്കാനും പരിഹാരം കാണാനും കൂടിയാണ്. അതുകൊണ്ടാണ് കുടുംബബന്ധങ്ങൾ തുറന്ന പുസ്തകമാവണമെന്നു പറയുന്നത്.

യാതൊരു ഒളിവും മറയുമില്ലാത്ത കുടുംബബന്ധങ്ങൾ, സ്വാഭാവികമായും പരസ്പര വിശ്വാസത്തിന്റെയും പരസ്പരധാരണയുടെതുമായിരിക്കും. സംശയത്തിനോ, മത്സരത്തിനോ, ഇവിടെ സ്ഥാനമുണ്ടാവില്ല. കുറേയധികം സ്വതന്ത്രവ്യക്തികൾ തമ്മിലുള്ള സൗഹൃദമായി കുടുംബം പരിണമിക്കും. അധികാരം, കുടുംബനാഥൻ, അടിമ, ആശ്രിത, അനുസരണം എന്നിവയ്ക്കൊന്നും അർഥമുണ്ടാവില്ല.

സാമ്പത്തിക കാര്യങ്ങളിലും ഇതേ സുതാര്യത ആവശ്യമാണ്. ജോലിക്ക് പോകുന്ന, സമ്പാദിക്കുന്ന സ്ത്രീക്ക് ഇന്ന് സാമ്പത്തിക സ്വാതന്ത്ര്യം ലഭിക്കുന്നില്ല. ചിലരെങ്കിലും, അവരുടെ താൽപ്പര്യങ്ങൾ മാറ്റിവെച്ച്,

ഭർത്താവിന്റെ/അച്ഛന്റെ/മക്കളുടെ ആവശ്യങ്ങൾ നിറവേറ്റുകയാണ് ചെയ്യുന്നത്. വീട്ടിലെ സമ്പാദ്യം വീട്ടിൽ എല്ലാവർക്കും ഉപയോഗിക്കാവുന്ന ഒരു സ്ഥലത്ത് വെക്കുകയാണെങ്കിൽ ആവശ്യമുള്ളവർ, അവരുടെ രീതിക്കനുസരിച്ച് ചെലവാക്കാവുന്നതാണ്. കുടുംബാംഗങ്ങൾ തമ്മിൽ സംശയമോ, മത്സരമോ ഇല്ലാതെ പരസ്പരധാരണ/വിശ്വാസം നിലനിൽക്കുമ്പോൾ ഇത് സാധ്യമാണ്. ഭാര്യ അല്ലെങ്കിൽ ഭർത്താവ്/കുട്ടി/മറ്റംഗങ്ങൾ സാമ്പത്തിക ക്രമക്കേട് കാണിക്കില്ല എന്ന ധാരണ മറ്റംഗങ്ങൾക്ക് ഉണ്ടാവുകയാണെങ്കിൽ സാമ്പത്തിക ജനാധിപത്യം സാധ്യമാണ്. കുടുംബാംഗങ്ങൾ ഒന്നിച്ചിരിക്കാൻ സമയം കണ്ടെത്തുകയും സാമ്പത്തിക കാര്യങ്ങൾ ചർച്ച ചെയ്യുകയും മുൻഗണന എല്ലാവരും കൂടി തീരുമാനിക്കുകയും ചെയ്യുമ്പോൾ സാമ്പത്തിക ഭരണം/ബുദ്ധിമുട്ട് ഒരാൾമാത്രം പേറേണ്ടിവരില്ല എന്നു മാത്രമല്ല, സമ്പാദിക്കുന്നവരും സമ്പാദ്യമില്ലാത്തവരും തമ്മിലുള്ള അന്തരം പ്രകടമാകാതെയിരിക്കുന്നു. കൂടാതെ വീട്ടമ്മ, കുട്ടികൾ തൊഴിലന്വേഷകർ എന്നിവർ........... സാമ്പത്തികത്തെ കുറിച്ചറിയുകയും അതിനനുസരിച്ച് ചെലവാക്കുകയും ചെയ്യുന്നു. ഇത് സാധ്യമാകാൻ കുടുംബാംഗങ്ങൾ തമ്മിലുള്ള സുതാര്യമായ ബന്ധം വേണം.

ഇന്ന് ശരീരങ്ങൾ മാത്രമാണ് സ്ത്രീപുരുഷബന്ധത്തിൽ പങ്കുവെക്കപ്പെടുന്നത്. മനസുകൾ/താൽപ്പര്യങ്ങൾ ഏറെ അകലെയാണ്. അത് മാറണമെങ്കിൽ പങ്കാളിത്ത ജനാധിപത്യം ചിന്തയിലും മനസിലും പ്രവർത്തിയിലും ഉണ്ടായേ തീരൂ!.

5

ഒരു വീട്ടമ്മയുടെ അനുഭവങ്ങൾ

(സൂസന്ന ഹെയ്ൽ)

"It is easier to live through someone else than to become complete yourself. *The Feminine Mystique, 1963.*"

(Betty Friedan)

വിവാഹം നിശ്ചയിച്ച കുട്ടികളോട് പലപ്പോഴും നമ്മൾ പറയാറുണ്ട്. "വീട്ടുജോലിയെല്ലാം പഠിച്ചോ, അങ്ങ് ചെന്ന് ഒന്നുമറിയില്ലന്നു പറഞ്ഞാ, മോശം അമ്മയ്ക്കാ" കുട്ടികൾക്ക് നാം കൊടുക്കുന്ന ധാരണ 'അങ്ങ്' ഒരുപാട് പണിയെടുക്കാനുണ്ട്, അതിനുവേണ്ടിയാണ് കെട്ടിച്ചയക്കുന്നത് എന്നൊക്കെയാണ്.

ഇന്നത്തെ അവസ്ഥയിൽ അണുകുടുംബമായാലും കൂട്ടുകുടുംബ മായാലും ഉത്തരവാദിത്വം ഏറ്റെടുത്തേമതിയാകൂ, എന്ന സ്ഥിതിയാണ്. കൂട്ടുകുടുംബത്തിൽ കുറേ പണികൾ പങ്കുവെച്ച് പോകുമെങ്കിലും ഏറ്റെ ടുത്ത പണികൾ നിർത്തിവെക്കാനാകില്ല. മാത്രമല്ല കൂട്ടുകുടുംബത്തിൽ സ്ത്രീകളുടെ അധ്വാനഭാരം കൂടിയിരിക്കും. അണുകുടുംബമായാലും മുഴുവൻ ഉത്തരവാദിത്തവും ഏറ്റെടുക്കേണ്ടിവരും, വൈവാഹിക ജീവിതം ഇത്തരം ഉത്തരവാദിത്വത്തിലേക്ക് കാൽവെയ്പാണെന്ന ധാരണ പലപ്പോഴും പെൺകുട്ടികൾക്കുണ്ടാവാറില്ല. സിനിമയിലൊക്കെ കാണുന്ന ജീവിതം പ്രതീക്ഷിക്കുന്ന കുട്ടികൾ പലപ്പോഴും നിരാശപ്പെടേണ്ടിവരും. പലപ്പോഴും തുടക്കത്തിൽ പ്രേമാധിക്യം കാരണവും സമയലഭ്യത

കൊണ്ടും പ്രിയതമന്റെ മുഴുവൻ ചുമതലയും ഏറ്റെടുത്തുകൊണ്ടുള്ള 'തെറ്റുകൾ' സംഭവിക്കാറുണ്ട്. ഒരു കുഞ്ഞായിക്കഴിയുമ്പോൾ സമയ ദൗർലഭ്യവും 'മടിപഠിച്ചുപോയ'/മടിപിടിപ്പിച്ച അദ്ദേഹത്തിന് പുതിയ ചുറ്റുപാട് അംഗീകരിക്കാനും പരിചയിക്കാനും ബുദ്ധിമുട്ടാവും. 'പണ്ടത്തെപ്പോലെ എന്നെ ശ്രദ്ധിക്കുന്നില്ല'. 'ഇപ്പോൾ ഒന്നുംതന്നെ ശരിയാവുന്നില്ല' എന്നിങ്ങനെയുള്ള പിറുപിറുക്കൽ തുടങ്ങും. അതുവരെ ഇഷ്ടപ്പെടാൻ ശ്രമിച്ചിരുന്ന വീട്ടുജോലി ഭാരമായി മാറും.

മടുപ്പിക്കുന്നതാണ് വീട്ടുജോലി. തീരാത്തതാണ് വീട്ടുജോലി. ബുദ്ധിമുട്ടി തീർക്കാൻ ശ്രമിക്കുമ്പോഴും തൃപ്തിയാവാത്തതാണ് വീട്ടുജോലി.

എല്ലാവരേയും തൃപ്തിപ്പെടുത്തേണ്ടതാണീ വീട്ടുജോലി. എന്നിങ്ങനെയുള്ള തിരിച്ചറിവ് നേടുന്നതായിരിക്കും ഫലം.

വിവാഹത്തിനുശേഷം പഠനം തുടരുക എന്നത് ഇന്ന് കേരളത്തിൽ കണ്ടുവരുന്നുണ്ട്. ഭാര്യയും ഭർത്താവും ഒറ്റയ്ക്ക് താമസിക്കുകയാണെങ്കിലും, വീട്ടുപണിയും പഠനവും ഒന്നിച്ചുകൊണ്ടുപോകുന്നത് ബുദ്ധിമുട്ട് തന്നെയാണ്. എവിടെയെങ്കിലുമൊക്കെ ഒരു സമവായം ഉണ്ടായേ തീരൂ! അതിലൊരു കുഞ്ഞും കൂടിയായാലോ? സൂസന്ന ഹെയ്ൽ എഴുതിയ പ്രസിദ്ധമായലേഖനം, വീട്ടമ്മയിൽ നിന്ന് (from the Housewife) അവരുടെ അനുഭവങ്ങൾ പങ്കുവയ്ക്കുകയാണ് ചെയ്യുന്നത്. ഒരു ഡയറിക്കുറിപ്പ് പോലെയാണവർ എഴുതിയിരിക്കുന്നത്. അതിന്റെ സംഗ്രഹമാണിവിടെ കൊടുക്കുന്നത്:

ബിരുദം കഴിഞ്ഞപ്പോൾത്തന്നെ, വിവാഹം കഴിക്കാനുള്ള നിർബന്ധങ്ങൾ തുടങ്ങിയിരുന്നു. വീട്, അടുക്കള എന്നീ ബന്ധനങ്ങളിൽ ഒട്ടും താൽപ്പര്യമില്ലാത്ത ഒരു വ്യക്തിയായിരുന്നു ഞാൻ. എന്നുമാത്രമല്ല, വിവാഹാനന്തരം പഠിക്കുന്നത് അത്രവലിയ ബുദ്ധിമുട്ടുള്ള കാര്യമല്ല എന്ന് ലോകത്തെ ബോധ്യപ്പെടുത്തുന്ന ദൗത്യം എന്റേതാണെന്ന വാശിയും എനിക്കുണ്ടായിരുന്നു.

ഞാനും ജോയും ഒരു ചെറിയ ഫ്ളാറ്റിലാണ് താമസിച്ചു തുടങ്ങിയത്. ജോ യോട് എന്റെ താൽപ്പര്യങ്ങളെല്ലാം തന്നെ പങ്കുവെച്ചിരുന്നു. വീട്ടുജോലി പരസ്പരം പങ്കുവെക്കണം, കുടുംബത്തിൽ ജനാധിപത്യം വേണം എന്നൊക്കെയുള്ള അത്യാവശ്യ ധാരണകളുള്ള ആളാണ് ജോ. ഫ്ളാറ്റ്, സിറ്റിയുടെ നടുക്കായതിനാലുള്ള സൗകര്യങ്ങളേറെയുണ്ടായിരുന്നു. എങ്കിലും, പൊടിപടലങ്ങളുടെ പുരമായിരുന്നു. രണ്ടുനേരം വൃത്തിയാക്കിയാലും, ടി വി യുടെയും സെറ്റിയുടെയും മുകളിൽ ചിത്രം വരയ്ക്കാവുന്ന രീതിയിൽ പൊടി അടിഞ്ഞുകൂടും. ജോയുടെയോ എന്റെയോ വീട്ടുകാർ വരുന്നുണ്ടെന്നറിഞ്ഞാൽ വളരെ ശ്രദ്ധയോടെ ഞങ്ങൾ മിനക്കെട്ട് പൊടി തട്ടും. വെറുതെ വിമർശനം കേൾക്കണ്ടല്ലോ!

ഒട്ടും പ്രതീക്ഷിക്കാതെയാണ് വാവയെ ഞാൻ ഗർഭം ധരിച്ചത്.

കുഞ്ഞ് ജനിക്കുമ്പോഴേക്കും, പൊടിപടലത്തിൽ നിന്ന് രക്ഷപ്പെടാൻ ഞങ്ങൾ മറ്റൊരു ഫ്ളാറ്റിലേക്ക് താമസം മാറ്റി. അത്യാവശ്യം വലിയവീടായിരുന്നു. ഒരു ആധുനിക കവിയുടെ കൂടെ ഞങ്ങൾ അവിടെ താമസം തുടങ്ങി. കവി എപ്പോഴും പുകവലിയും മുറുക്കലുമാണ്. നല്ല കമ്പനിയൊക്കെ ആയിരുന്നെങ്കിലും തുണികൾ കുതിർത്ത് വെച്ച ബക്കറ്റിലാവും പുള്ളി പലപ്പോഴും തുപ്പുന്നത്. ആദ്യം നന്നായി പറഞ്ഞു നോക്കിയെങ്കിലും പിന്നീടു കയർത്തുതന്നെ പറയേണ്ടിവന്നു. അതിന്നിടയ്ക്ക് വാവയ്ക്ക് ചെറിയ രീതിയിൽ വയറ്റിളക്കം തുടങ്ങി. ഡോക്ടറെ കാണിച്ചപ്പോൾ അനാരോഗ്യകരമായ അന്തരീക്ഷമാണ് കാരണമെന്ന് പറഞ്ഞു. എത്ര തന്നെ വൃത്തിയാക്കിയാലും വൃത്തിയാകാത്ത വീട് എന്നെ വല്ലാതെ വ്യാകുലതപ്പെടുത്തിയിരുന്നു. ചുറ്റുപാട് ആരോഗ്യപരമാക്കുവാൻ രണ്ടുപ്രാവിശ്യം ഡെറ്റോൾ ഒഴിച്ചു തുടയ്ക്കുക, കുട്ടി കിടക്കുന്ന മുറി അണുവിമുക്തമാക്കുക, സ്പൂണുകൾ പാത്രങ്ങൾ എന്നിവ ചൂടുവെള്ളത്തിലിട്ട് ഉപയോഗിക്കൽ എന്നിങ്ങനെ പണികൾ അറിയാതെ കൂടിക്കൊണ്ടേയിരുന്നു. വിശ്രമമെന്നത് എന്തെന്നുപോലും മറന്നിരുന്ന നാളുകൾ.... ജോ, ഇടയ്ക്കിടെ 'ബാത്റൂം വഴുതുന്നു, അവിടെ അഴുക്ക്, ഇവിടെ പായൽ' എന്നിങ്ങനെ ചൂണ്ടിക്കാട്ടുകയും, നിലം തുടയ്ക്ക്! കുട്ടി കമഴ്ന്നു കിടക്കുന്ന പ്രായമാണ്. നിലം നക്കും—എപ്പോഴും വൃത്തിയായിരിക്കണം. എന്നിങ്ങനെ പറഞ്ഞുകൊണ്ടേ ഇരുന്നതും എന്റെ പണി ഇരട്ടിപ്പിച്ചു. വൈകിട്ട് ആറുമണിയാവുമ്പോഴേക്കും ക്ഷീണംകൊണ്ട് കണ്ണുകൾ താനേ അടഞ്ഞുപോകും. ആ സമയത്താണ് വാവ ഇത്തിരി സമയം ഉറങ്ങുന്നത്. മെല്ലെ പേപ്പർ തുറന്നുവെച്ച് ലോകത്തിൽ എന്ത് സംഭവിക്കുന്നു എന്നു നോക്കാമെന്നുവെച്ചാൽ, പേപ്പറിന്റെ ശബ്ദം കേട്ടാൽ അവനുണരും. പുസ്തകങ്ങൾ മാത്രമെ വായിക്കാനാകൂ! പുസ്തകത്തിന്റെ ലോകം മാത്രമറിയാമായിരുന്ന ഞാൻ, അത് പൂർണമായും അന്യമാകുന്നതുപോലെ തോന്നിത്തുടങ്ങിയിരുന്നു (പുസ്തകത്തിന്റെ ലോകത്തിലേക്കു കയറിയാൽ പിന്നെ എനിക്കൊന്നും ഓർമയുണ്ടാവില്ല. വിവാഹത്തിനുമുമ്പ് അമ്മയുടെ ചീത്തവിളി കേട്ടിരുന്നതു മുഴുവൻ ഇതിനായിരുന്നു). പുസ്തകവായനയിൽ നിന്ന് പിന്നെ എണീക്കുന്നത് ചോറ്/കഞ്ഞി അടിക്ക്പിടിക്കുന്ന വാസന കേട്ടിട്ടായിരിക്കും. വാസന അറിയാതെ, അതൂറ്റിയെടുത്ത്, ശരിയാക്കുമ്പോഴേക്കും, ടെലിഫോൺ ബെല്ലടിക്കും. മോനുണരാതിരിക്കാൻ ചെറിയ ശബ്ദത്തിൽവെച്ചാൽപ്പോലും, അവനൊന്ന് ഞെട്ടും. മെല്ലെ പുതപ്പിച്ച് തുടയിൽ നാലുതട്ട് തട്ടി അവനെ വീണ്ടുമുറക്കിക്കഴിയുമ്പോൾ, അരമണിക്കൂറെങ്കിലുമാകും. അപ്പോഴേക്കും സഹായി എത്തും. പാത്രം തേക്കലും, തുണികഴുകലും, ആകെ ബഹളമായി.... ഇങ്ങനെ ദിവസങ്ങൾ മറ്റു ചിന്തകളില്ലാതെ വായനകളില്ലാതെ, പഠനമില്ലാതെ കടന്നുപൊയ്ക്കൊണ്ടിരിക്കുന്നു. ഞാനതിനെക്കുറിച്ച് തികച്ചും ബോധവതിയായിരുന്നു. കുറ്റബോധത്തോടെയല്ലാതെ എനിക്കതിനെ

കുറിച്ചാലോചിക്കാൻ വയ്യായിരുന്നു. കുഞ്ഞായാൽ, സമയം വേറെ കാണ ണമെന്നറിയാഞ്ഞിട്ടല്ല. എങ്കിലും, ഈ രീതിയിൽ രാവിലെ നാലു മുതൽ രാത്രി 11 മണിവരെയും വീട്ടിലടഞ്ഞിരിക്കേണ്ടി വരുമെന്ന ധാരണ ഒട്ടും ഉണ്ടായില്ല. കുഞ്ഞിന്റെ പൂർണ ഉത്തരവാദിത്വം ഏറ്റെടുക്കുക എന്നത്, ശരിക്കും സമയം അപഹരിക്കുന്ന ഒന്നായിരുന്നു.

ജോയ്ക്ക് യുണിവേഴ്സിറ്റിയിൽ നിയമനമായതോടെ ഞങ്ങൾ അങ്ങോട്ടേക്ക് മാറി. അധികം ബുദ്ധിമുട്ടില്ലാതെ വൃത്തിയാക്കാവുന്ന ഒരു വീട്. എല്ലാറ്റിനും ഒരു സ്ഥാനം നിർണയിക്കുകയും സമയബന്ധിതമായി പണി ചെയ്തു തീർക്കയുമായാൽ എന്റെ വായനയും പഠനവും തുടരാ മെന്ന് ഞാൻ തീരുമാനിച്ചു. പാത്രങ്ങൾ സിങ്കിൽ കൂട്ടിയിടാതെ, അപ്പ പ്പോൾ കഴുകുക, തുണികൾ അപ്പപ്പോൾ മടക്കി അലമാരയിൽ വെക്കുക എന്നിങ്ങനെ എല്ലാറ്റിനും ചിട്ടയായി തന്നെ ക്രമീകരണങ്ങൾ നടത്തി. ജോ എല്ലാ ദിവസവും ഭംഗിയായി ഇസ്തിരിയിട്ട വസ്ത്രങ്ങൾ ധരിച്ചു പോയിത്തുടങ്ങി. വാവയുടെ അടിവസ്ത്രങ്ങൾ മലിനമാകാതെ, ഇട യ്ക്കിടെ മാറ്റുകയും രണ്ടും മൂന്നും പ്രാവശ്യം കുളിപ്പിക്കാനും തുടങ്ങി. അടുക്കളയിൽ അധികസമയം ചിലവാക്കാതെ, ഒന്നിച്ച് പാചകം ചെയ്തുവെച്ചു. അങ്ങനെ എല്ലാം ശുഭപര്യവസായിയായതിന്റെ സുഖ ത്തിൽ ഞാനെന്നോടു തന്നെ പറഞ്ഞു.

ഞാ-ൻ-സ-ന്തോ-ഷ-വ-തി-യാ-ണ്- ഒന്നു രണ്ടു ആഴ്ച ഇങ്ങനെ തുടർന്നു. പെട്ടെന്നാണൊരു ദിവസം, ഞാൻ ഓർത്തു;

'ഞാനെന്താണീ കാണിക്കുന്നത്? എന്റെ തുടർപഠനം? എവിടെ നിന്ന് ഞാൻ സമയം കണ്ടെത്തും? ഇതിങ്ങനെ മുഴുവൻ സമയവും തുടരുകയാണല്ലൊ....'

ഉറക്കത്തിൽ എന്റെ സ്വപ്നങ്ങൾക്ക് ചാരുതയേറി. ഞാൻ പേപ്പറു കൾ അവതരിപ്പിക്കുന്നതായും, സെമിനാറുകളിൽ പങ്കെടുക്കുന്നതായും സ്വപ്നം കണ്ടു. ഞാനാകെ അസ്വസ്ഥയായി. ജോയോട് ഞാനെന്റെ പ്രശ്നങ്ങൾ അവതരിപ്പിച്ചു.

അവൻ പറയുന്നത്, അവനെക്കാൾ സമയം എനിക്ക് ലഭിക്കുന്നു ണ്ടെന്നാണ്. ആരുടെയും ശാസനയില്ലാതെ, അധികാര ധാരണയില്ലാതെ എത്ര സമയമെടുത്തും ചെയ്യാവുന്ന ഒന്നാണത്രെ വീട്ടുജോലി.

വീട്ടുജോലിക്ക് മനസും ചിന്തയും ഒന്നും വേണ്ട! യാന്ത്രികമായി ചെയ്യാവുന്നതാണ് എന്ന്.

ജോ പറയുന്നത് ശരിയായിരിക്കാം. കാരണം, ആരും ശാസിക്കാനില്ല, വേണമെങ്കിൽ ഇന്നു ചെയ്യാം, അല്ലെങ്കിൽ മാറ്റി വയ്ക്കാം, നാളത്തേ ക്ക്—നാളെയും ഞാൻ ചെയ്യേണ്ടിവരുമെന്നുമാത്രം—മകനും അച്ഛനും കൃത്യമായി ഭക്ഷണം കഴിക്കുന്നു. വൃത്തിയായിരിക്കുന്നു. പുറത്തേക്ക് പോകുന്നു. ഞാൻ അവർ വരുന്നതുവരെ വീട് വൃത്തിയാക്കൽ, തുണി കഴുകൽ, ഇസ്തിരിയിടൽ, വൈകുന്നേരത്തേക്ക് നാളത്തേക്ക് എന്നി

ങ്ങനെ പാചകം ചെയ്യുന്നു. പലചരക്കുകടയിൽ പോകുന്നു, ബില്ലടയ്ക്കുന്നു—ഇനിയും എങ്ങനെ സമയം ക്രമീകരിക്കാമെന്ന് ചിന്തിക്കുന്നു. പക്ഷേ... മറ്റൊന്നും ചെയ്യാതെ ഇതുമാത്രം ചെയ്യുമ്പോൾ ഉണ്ടാവുന്ന മടുപ്പ് എനിക്ക് സഹിക്കാവുന്നതിലുപരിയാണ്. ജോയെപ്പോലെതന്നെ ഞാനും പഠിച്ചിട്ടുണ്ട്. ജോയുടെ മാത്രം വരുമാനത്തിൽ കഴിയാനാണ് (വാവ വലുതാകുന്നതുവരെ) ജോ പറഞ്ഞത്—എനിക്കും ശരിയാണെന്നു തോന്നിയിരുന്നു.

വൈകിട്ട് കിടക്കുമ്പോൾ, ഒരവലോകനമുണ്ടാകുമല്ലോ, 'ഇന്നെന്തൊക്കെ ചെയ്തു' എന്ന്—(എല്ലാവർക്കുമുണ്ടോ എന്നറിയില്ല, എനിക്കുണ്ടായിരുന്നു, ഉണ്ട്) ആ സമയം ഞാനറിയുന്നു. 'കാണാനും ചിന്തിക്കാനും ഓർക്കാനുമായി ഒന്നുമില്ല'. എന്നെ സംബന്ധിച്ചിടത്തോളം അത് ദയനീയമായിരുന്നു.

ദിവസവും ലൈബ്രറിയിൽ കുറച്ചു സമയം ചിലവഴിച്ച് പഠനം പുനരാരംഭിക്കാനുള്ള തീരുമാനമെടുത്തപ്പോൾത്തന്നെ മനസ്സ് ശാന്തമായി, നാലു മണിക്കെണീറ്റ് 5 മണിവരെ വായന. പിന്നെ അടുക്കളയിൽ കയറി പ്രാതലും ഉച്ചഭക്ഷണവും പാചകംചെയ്യൽ, അതിന്റെ കൂടെ തുണികഴുകലും ഒന്നിച്ചു കൊണ്ടുപോകാൻ കഴിഞ്ഞു. 6 മണിക്കുശേഷം വീടുവൃത്തിയാക്കൽ, പലപ്പോഴും, അതിന്റെയിടയിൽ മോൻ എണീക്കും. അതോടെ പിന്നെ കഴിഞ്ഞു. ഒന്നും നടക്കില്ല. പല്ല് തേപ്പിക്കുക, കുളിപ്പിക്കുക, പാല് കൊടുക്കുക, അവന്റെ ആവശ്യങ്ങൾക്കും ആജ്ഞകൾക്കും കൂട്ടുനിൽക്കുക, അവന്റെ കൂടെ കളിക്കുക, ജോയുമായി പത്രവാർത്ത പങ്കിടുക എന്നിങ്ങനെ ഒന്നരമണിക്കൂർ 2 മണിക്കൂറോളം പോകും. 10 മണിക്കുള്ളിൽ എന്റെ കുളിയും ഒരുങ്ങലും മോനെ ഒരുക്കലും കഴിഞ്ഞ് ഇറങ്ങണം. 10 മുതൽ 12 വരെ അവനെ ഒരു ഡേകെയറിലാക്കുവാൻ തുടങ്ങി. അതോടെ 2 മണിക്കൂർ വായിക്കാനുള്ള സമയം കിട്ടി—അല്ല, നേടിയെടുത്തു. 12 മണിയാവുമ്പോഴേക്കും അവൻ കാത്തിരിക്കും—അവനെ കൊണ്ടുവന്നാൽ ആഹാരം കൊടുക്കുക, കളിക്കുക എന്നിങ്ങനെ തുടങ്ങുകയായി. ജോ യൂണിവേഴ്സിറ്റിയിൽ കയറിയ സമയമായതുകൊണ്ട് വൈകിട്ട് 6 മണിയോടെയേ വരികയുള്ളൂ. ജോ വരാൻ കാത്തിരിക്കും, ഇവനെ ഏൽപ്പിക്കാൻ.

മോന് ബ്രഡും ബട്ടറും കൊടുത്താൽ, ഓംലെറ്റു വേണമെന്നു പറയും, ഓംലെറ്റ് ശരിയാക്കിയാൽ ഹാംബർഗർ മതിയെന്നു പറയും, അതും ശരിയാക്കിയാൽ 'ഒന്നും വേണ്ട വിശപ്പില്ല' എന്നാവും—ആറു മണി സമയത്ത് അവനുവേണ്ടി ഉണ്ടാക്കുന്ന സാധനങ്ങളുടെ ഒരുനിര തന്നെ ഉണ്ടാവും. 6 മണിയോടെ ഏതെങ്കിലുമൊന്ന് കഴിച്ചെന്നു വരുത്തി അവൻ കളിക്കാനിരിക്കും. ഞാനപ്പോഴേക്കും ക്ഷീണിച്ചിരിക്കും. ഇതു കൂടാതെ സാമ്പത്തികത്തിനുവേണ്ടി, വൈകുന്നേരങ്ങളിൽ 2 മണിക്കൂർ

ട്യൂഷൻ എടുക്കാൻ ഞാൻ അടുത്ത ട്യൂഷൻ സെന്ററിലേക്കു പോയിരുന്നു. 6 മണിക്ക് ജോ വന്നാൽ ഞാൻ പോവുകയായി.

ഗവേഷണത്തിന്റെ ചെറിയ വായനകൾ തീർക്കാൻ കഴിഞ്ഞിരുന്നു. ഏഴുമണിക്ക് എന്നെയും കാത്തിരിക്കുന്ന അവനെ കാണുമ്പോൾ സങ്കടം തോന്നിയിരുന്നു. ഗവേഷണം ഒരു ദിവസം 3 മണിക്കൂറുകളിൽ ഒതുങ്ങി. വീട്ടിലും മോനുമായി ചിലവാക്കിയിരുന്ന സമയം ഇനിയും വെട്ടിച്ചുരുക്കാൻ സാധ്യമല്ലാതായിരിക്കുന്നു.

വീട് ചെറുതായൊന്നു തകിടം മറിഞ്ഞിരുന്നു, അപ്പോഴേക്കും. ബാത്റൂം വഴുതാൻ തുടങ്ങി. ആഹാരം പാകം ചെയ്യുന്നത് കുറഞ്ഞു. സാധനങ്ങൾ അടുക്കും ചിട്ടയുമില്ലാതായി. വീട് വൃത്തിയാക്കൽ ഭാരിച്ച പണിയായി. 10 മണിക്കുള്ളിൽ എല്ലാം തീർക്കുമ്പോൾ പലതും പൂർണമാക്കാൻ കഴിഞ്ഞിരുന്നില്ല. നീട്ടിവെച്ച ദിവസം ചെയ്യാൻ കഴിഞ്ഞില്ല.

ഒന്നുംതന്നെ മനസ്സ് കേന്ദ്രീകരിച്ച് ചെയ്യാൻ കഴിയാതെയായി. അവൻ വിശന്നു കരയുമ്പോൾ, ബേക്കറിയിലേക്ക് ഓടുന്നത് സ്ഥിരമായി. ജംഗ് ഫുഡ് കഴിച്ച് അവന്റെ വയറ് തകരാറിലായി. ഇതെന്നെ കുറ്റബോമുള്ളവളാക്കി മാറ്റി.

അവന്റെ കൂടെ കളിക്കുമ്പോഴും എന്റെ മനസ്സ് ഗവേഷണത്തിലായിരുന്നു. അതെങ്ങനെ കൊണ്ടുപോകണമെന്ന ചിന്തയിലായിരുന്നു. ചിന്ത കാടു കയറുമ്പോൾ, അടുപ്പിലുള്ളത് കരിയുകയും, വാഷിങ്മെഷീനിൽ വെള്ളം നിറഞ്ഞുകവിയലും സ്ഥിരമായി മാറി. 10 മണി വരെ അവന്റെ കൂടെക്കളിച്ച് കളിപ്പാട്ടങ്ങളുടെ ഇടയിൽ അവൻ കിടന്നുറങ്ങുമ്പോൾ, അവനെ മെല്ലെ കൊണ്ടുപോയി കിടത്തി, അവന്റെ ഉറക്കമുണരാതിരിക്കാൻ കുറച്ച് നേരം അടുത്ത് കിടക്കാമെന്നത്, രാവിലെ ഉണരുമ്പോൾ മാത്രമറിയാവുന്ന രീതിയിലായി.

അവന്റെ കൂടെ കളിക്കുമ്പോൾ 'ഛെ! ഞാനെന്താ, ഇങ്ങിനെ ഇരുന്ന് കളിക്കുന്നത്? ചെയ്യാനെന്തൊക്കെ ബാക്കി കിടക്കുന്നു? വായിക്കാനെത്ര ബാക്കി?' എന്നു ചിന്തിച്ചു ടെൻഷനാകും. അവനൊറ്റയ്ക്കിരുന്ന് കളിക്കുമ്പോൾ 'ഛെ! ഞാനെന്തൊരു അമ്മയാണ്, അവനെ ഒറ്റയ്ക്ക് കളിക്കാൻ വിട്ട്....' എന്ന കുറ്റബോധമാവും. റോൾ കോൺഫ്ളിക്ട് (Rol Conflict) വല്ലാതെ എന്നെ അലട്ടിയിരുന്നു.

എന്റേതായ താൽപ്പര്യങ്ങൾക്ക് ഒരു വിലയും സമയവും കൊടുക്കാൻ കഴിഞ്ഞിരുന്നില്ല. എന്നെക്കുറിച്ചുള്ള ശ്രദ്ധ തീരെയില്ലാതായി. എന്റെ മാനസികാവസ്ഥയുടെ പ്രതീകമായി ഞാനെന്റെ തലമുടിയെ കാണാറുണ്ട്. മോനെ ഗർഭം ധരിച്ചിരുന്ന കാലത്ത് 'ഞാൻ സർവതന്ത്ര സ്വതന്ത്രയാണ്' എന്നറിയിക്കാൻ വേണ്ടി ഞാൻ മുടി ബോബ് ചെയ്തിരുന്നു. ഞാൻ വെറും വീട്ടമ്മയാകും തോറും എന്റെ മുടി നീളംവെച്ചു തുടങ്ങി. ഒന്നിലും ശ്രദ്ധിക്കാൻ സമയമില്ലായിരുന്നു. മാതൃത്വം എന്ന ഒരു ഭാവം മാത്രമെ എനിക്കുണ്ടായിരുന്നുള്ളൂ. അവന്റെ ഉച്ചാരണം,

അവന്റെ പല്ല് വരുന്നത്, അവന്റെ കളികൾ, വ്യാകുലതകൾ ഇങ്ങനെ..... എന്നെ മുഴുവനായും അവൻ ആവശ്യപ്പെടുന്നു, എന്ന് തോന്നിയിട്ടുണ്ട്. എന്റെ ഊർജം, സമയം, ചിന്ത, സൃഷ്ടിപരത മുഴുവൻ അവൻ ആവശ്യപ്പെടുന്നു. ഞാൻ പലപ്പോഴും ആശ്വസിക്കാറുള്ളത് ഏറിവന്നാൽ 5 വർഷം അതുകഴിഞ്ഞാൽ അവൻ സ്കൂളിൽ പോയിത്തുടങ്ങും. അതുവരെ നോക്കേണ്ടത് എന്റെ ചുമതലയാണ്, കടമയാണ് എന്ന തോന്നൽ.

ഞാൻ അതിശയത്തോടെ, എന്നെത്തന്നെ നോക്കിക്കാണുകയായിരുന്നു. അതിശയത്തോടെ, ദു:ഖത്തോടെ, കുറ്റബോധത്തോടെ.

ഒരു വിഷയത്തിലും മനസ്സ് കേന്ദ്രീകരിക്കാൻ കഴിയാത്തതുമാത്രമല്ല, ശിശുപരിചരണവും വീട്ടുജോലിയും നഷ്ടമാക്കുന്നത്, ഒരു സ്ത്രീയുടെ വ്യക്തിത്വത്തെത്തന്നെയാണ്. നമ്മളെ പൂർണമായും ഒരു കുഞ്ഞ് ആവശ്യപ്പെടുന്നു.

ഞാനീ ചെയ്യുന്നത് 'ജോലി'യാണോ എന്നുവരെ ഞാൻ സംശയിച്ചിട്ടുണ്ട്. വീടുപണിയും കുഞ്ഞിനെ നോക്കലും പരസ്പരം പൂരകങ്ങളാണ്. പ്രഭാതങ്ങളാണ് ഏറ്റവും മടുപ്പിച്ചിരുന്നത്. ഒരു ദിവസം മുഴുവൻ നീണ്ടു കിടക്കുകയാണ്, മാറ്റങ്ങളില്ലാത്ത ഓരോതരം പണികൾ ചെയ്തു തീർക്കേണ്ടതുണ്ട്. എന്നെപ്പോലെ ലക്ഷക്കണക്കിന് വീട്ടമ്മമാർ ഇതേ രീതിയിൽ ഒരു വൃത്തത്തിനുള്ളിൽ കറങ്ങുന്നത് (പലപ്പോഴും സ്വയമുണ്ടാക്കുന്ന വൃത്തമാണ്) ആവർത്തന വിരസതയുള്ള പണികൾ തുടർന്നുകൊണ്ടേയിരിക്കുന്നതും രക്ഷപ്പെടാൻ പഴുതില്ലാത്തതും എന്നെ കൂടുതൽ അസ്വസ്ഥയാക്കി.

വായനയാണ് എന്നെ രക്ഷപ്പെടുത്തിയിരുന്നത്. വായനയെ ചിന്താതലത്തിലേക്കെത്തിച്ച് വികസിപ്പിച്ചില്ലെങ്കിൽ, അതുകൊണ്ടൊരു ഗുണവുമില്ല എന്ന് പൂർണമായി വിശ്വസിക്കുന്നവളാണ് ഞാൻ—പക്ഷേ, വെറും വായനയിൽ കവിഞ്ഞ് ഒന്നും സാധ്യമായിരുന്നില്ല. അവൻ കളിക്കുന്ന സ്ഥലത്തുവെച്ച് തന്നെ ഞാൻ വായിക്കുമ്പോൾ, ഇടയ്ക്കിടെ, അവനെ ശ്രദ്ധിക്കേണ്ടിയിരുന്നു. അവൻ വലിച്ചെറിയുന്ന പന്തിന്റെ ശബ്ദംപോലും എന്നെ ഞെട്ടിച്ചിരുന്നു. തീരാത്ത വീട്ടുജോലിയുടെ ഭാരം ഇടയ്ക്കിടെ ഏകാഗ്രതയെ നശിപ്പിച്ചിരുന്നു.

ഇത്രമാത്രം ഏകാഗ്രത ഉപയോഗിച്ച് ഞാൻ ചെയ്യുന്ന വീട്ടുജോലികൾ വൃഥാ സമയം കളയുന്ന പണികളാണെന്ന് എനിക്ക് പലപ്പോഴും തോന്നിയിരുന്നു. പ്രത്യേകിച്ച് വൃത്തിയാക്കൽ, വീണ്ടും വൃത്തികേടാകാൻ വേണ്ടി മാത്രമാണെന്നത്, എന്നെ നിരാശയാക്കിയിരുന്നു. ഉദാഹരണത്തിന് രാവിലെ പ്രാതൽ കഴിഞ്ഞാൽ പാത്രം കഴുകുന്നത്, വീണ്ടും ഉച്ചഭക്ഷണത്തിനു വേണ്ടി വൃത്തികേടാക്കാനാണ്. കഴുകിവെച്ച പാത്രങ്ങൾ വീണ്ടുമെടുത്തുപയോഗിക്കുന്നു, വീണ്ടും കഴുകുന്നു. അങ്ങനെ മൂന്നോ, അതിലധികമോ തവണ വൃത്തിയാക്കുന്നു. തുണികളുമതെ, വീണ്ടും വിയർപ്പും അഴുക്കും നിറയ്ക്കുവാൻ വേണ്ടി കഴുകുന്നു. മടുപ്പില്ലാതെ

ആവർത്തിക്കുന്ന പണികൾ. ഇതിലെ നിഷേധാത്മകമായ വസ്തുത എന്തെന്നാൽ, ഇതുമുഴുവൻ സമൂഹം, സ്ത്രീകൾ ചെയ്യേണ്ടവയാണ് എന്ന് അവരുടെ ചുമലിൽ കയറ്റിവെച്ചിരിക്കുന്നു എന്നതാണ്. വൃത്തിയായി വീട് സൂക്ഷിക്കുക, വസ്ത്രങ്ങളും പാത്രങ്ങളും സൂക്ഷിക്കുക, കുടുംബാംഗങ്ങളുടെ ആരോഗ്യം ഉറപ്പുവരുത്തുക, എന്നിവ വീട്ടമ്മയുടെ മാത്രം ചുമതലയായിട്ടാണ് കരുതപ്പെടുന്നത്. ആരോഗ്യം എന്നത് എന്നെ സംബന്ധിച്ചിടത്തോളം അടിസ്ഥാനപരമായ, നിഷ്പക്ഷമായ മറ്റെല്ലാ അത്യാവശ്യഘടകങ്ങളും കൂടി ചേരുമ്പോഴല്ലാതെ, വൃത്തിയാക്കലും, ശുചീകരിക്കലും മാത്രമായി ആരോഗ്യത്തെ ചുരുക്കേണ്ടതില്ല എന്നാണ്. ആരോഗ്യവാനായിരിക്കുക/ആരോഗ്യവതിയായിരിക്കുക എന്നത് എല്ലാവരുടെയും ആവശ്യമാണ്, അവകാശമാണ്, കൂട്ടുത്തരവാദിത്തമാണ്. അവനവന്റെ ആരോഗ്യത്തിൽ ശ്രദ്ധിക്കാതെ, പൂർണമായും 'ശുചിത്വം' എന്ന പേരിൽ സ്ത്രീകളുടെ തലയിൽ കെട്ടിവെക്കുന്നതിനോട് എനിക്ക് ഒട്ടും യോജിപ്പില്ല. മാത്രമല്ല, ഒരു മനുഷ്യായുസ്സ് മുഴുവൻ ഇതിനുവേണ്ടി ചിലവാക്കുക എന്നതും, പൂർണ സമയപ്രവർത്തനമായംഗീകരിക്കുക എന്നതും എനിക്ക് അചിന്ത്യമായിരുന്നു.

എന്റെ വായനയുടെയും എഴുത്തിന്റെയും അവസാനം, ജീവിതഗന്ധിയായ എന്തെങ്കിലും ഒരു പുതിയ 'കണ്ടെത്തലുകൾ' ഇല്ലാതെ, പുതിയ അറിവ് ലഭിക്കാതെ, ഒരു ദിവസത്തെ വായനപോലും അവസാനിപ്പിക്കാൻ കഴിഞ്ഞിരുന്നില്ല എന്നതാണ്. അത്തരത്തിൽ പുതിയതായി കിട്ടുന്ന അറിവ്, എന്റെ അനുഭവങ്ങളെ/സമ്പുഷ്ടമാക്കുന്നതും ജീവിതത്തെ, അറിവിനെ, കഴിവിനെ, ചിന്താശക്തിയെ, സൃഷ്ടിപരതയെ മുന്നോട്ട് നയിക്കുന്നതുമായി മാറ്റാൻ സഹായിക്കുന്നവയാണ്. എന്റെ വായനയുടെ രീതി ഞാൻ സ്വയം കണ്ടെത്തിയത് അത്തരത്തിലായിരുന്നു. പക്ഷേ ഇത്തരത്തിലുള്ള 'മുന്നോട്ടുപോക്ക്' ഈ പണികളിലൊന്നിലും എനിക്ക് അനുഭവപ്പെട്ടില്ല. മുന്നോട്ടു പോവാതെ, ജീവിതവും നിലയുറച്ചു പോകുമോ എന്നു ഞാൻ ഭയന്നു. വാവ വലുതാവും, വലുതാവുന്തോറും എന്റെ ശ്രദ്ധ പൂർണസമയം വേണ്ട എന്ന സ്ഥിതിവരും. ഞാനോ, സ്വാഭാവികമായി കാലത്തിന്റെ ഒഴുക്കിൽപ്പെടും. വലിയ കുഴപ്പങ്ങളില്ലാതെ, പ്രായമാവാൻ തയാറെടുക്കും. ഞാനെന്താണ്, എന്റെ കഴിവുകളെന്താണ് എന്നത്, ഞാൻ പോലും അറിയാതെ, ജീവിതം വഴുതിപ്പോവും.

ഇല്ല! ഞാനതിനനുവദിക്കില്ല. ഒരു കസേരയിൽ ചടഞ്ഞിരുന്നിരുന്ന ഞാൻ, നിവർന്നിരുന്ന് ചിന്തിക്കാൻ തുടങ്ങി;

എന്നിലടങ്ങിയിരിക്കുന്ന അമർത്തപ്പെട്ട കഴിവുകളും ചിന്തകളും അറിവുകളും എന്താണെന്ന്.

–ഞാൻ വിവാഹം കഴിക്കരുതായിരുന്നോ?

–എനിക്ക് വാവയെ അംഗീകരിക്കാൻ ബുദ്ധിമുട്ടുണ്ടോ?

–വിവാഹം കഴിച്ചയാൾ തെറ്റിപ്പോയോ? ഇങ്ങനെ പലതും.

വിവാഹം എന്ന സ്ഥാപനത്തെ നിരാകരിക്കുന്നതിൽ എനിക്ക് വിശ്വാസമില്ല.

തടവറയുടെ സ്വഭാവമുള്ള വീട്, കുടുംബം എന്നിവയെ തകർത്തെറിയാൻ വേണ്ടി പലപ്പോഴും ഞാൻ കൈകൾ നീട്ടിയിട്ടുണ്ട്. അപ്പോഴൊക്കെ, തിരിച്ച് അത് എന്നെ അമർത്തിഞെരുക്കാനുള്ള ശ്രമമാണ് നടത്തിയത്, എന്നതും ഞാൻ തിരിച്ചറിഞ്ഞിട്ടുണ്ട്.

എല്ലാം വിട്ടെറിഞ്ഞ് പോകുക എന്നത് യഥാർഥ പരിഹാരമല്ല, എങ്കിലും, എന്റെ ഏതെല്ലാം അംശം വീട്ടിൽ നിക്ഷേപിച്ചിട്ടാണ് പോവുക എന്നതറിയാനുള്ള ആകാംക്ഷ എനിക്കുണ്ട്. കാരണം ഞങ്ങൾ മൂന്നു പേരടങ്ങിയ ഈ കുടുംബം, ഈ വീട് എന്റെ മാത്രം സൃഷ്ടിയാണ്. ഞാൻ വെച്ച ചട്ടങ്ങളും നിയമങ്ങളും മാത്രമാണിവിടെ—എന്തവശേഷിപ്പിക്കും? എന്തവശേഷിക്കും? എന്റെ വിഘടിതമായ ഈ പ്രശ്നങ്ങൾക്ക് പരിഹാരം കാണാൻ കഴിയാതെ തുടർന്നു.

ഒരു പുരുഷൻ തന്റെ ജീവിതമാർഗമായി കരുതുന്ന ഒരു തൊഴിലിൽ നിന്ന് പെട്ടെന്നൊരു ദിവസം പുറത്താക്കപ്പെടുകയാണെങ്കിൽ—

മനുഷ്യരുമായി ബന്ധമില്ലാത്ത, അയാൾക്കൊട്ടും താൽപ്പര്യമില്ലാത്ത, മനസും ചിന്തയും ഒട്ടുംതന്നെ ആവശ്യമില്ലാത്ത ഒരു ജോലിയിൽ കേറുകയാണെങ്കിൽ—ഒന്നു സങ്കൽപ്പിക്കാമോ, അയാൾക്കെന്ത് സംഭവിക്കുമെന്ന്?

മാനസികമായും ശാരീരികമായും അയാൾ തകർന്നു പോകും. ഏതൊരു ജോലിക്കും/പണിക്കും സൃഷ്ടിപരത അത്യാവശ്യമാണ്, അംഗീകാരം അത്യാവശ്യമാണ്, താൽപ്പര്യം, കടപ്പാട് ആവശ്യമാണ്. പക്ഷേ,

മാതൃത്വമെന്നത്, സ്ത്രീകളുടെ സഹജമായ വാസനയാണെന്നത്, സൗകര്യപ്രദമായ ഒരു പുരുഷ സങ്കൽപ്പമാണ്. അവൾ സ്വയം അപഹരിക്കപ്പെടുന്നു എന്ന തോന്നലില്ലാത്തിടത്തോളം, അവൾക്ക് സ്വതന്ത്രമായ ഇടപെടലുകൾ സാധ്യമാകും. ചെറിയ ഉദാ:- കുട്ടിയുടെ മണവും സാമീപ്യവും എന്നെപ്പോലെ തന്നെ അനുഭവിക്കുന്ന ജോ രണ്ടുവർഷമായിട്ടുപോലും, ഒരിക്കൽപ്പോലും കുട്ടിയുടെ മലിനമാക്കപ്പെട്ട അടിവസ്ത്രം മാറ്റുകയോ, കഴുകിയെടുക്കലോ ഉണ്ടായിട്ടില്ല. അതിന് കൂട്ടാക്കിയിട്ടില്ല എന്നു പറയുന്നതാവും ശരി. വാവയുടെ കൂടെ നല്ലവണ്ണം കളിക്കാറുണ്ട്, ജോ. എന്നെക്കാൾ നന്നായി കളിക്കും. പൂർണമായ ഊർജസ്വലതയോടെ. കാരണം, സ്വന്തം വിജയത്തിന്റെ പേരില്ലാതെ, ഉത്തരവാദിത്വമില്ലാത്ത പണിയായി അംഗീകരിച്ചിരിക്കുന്നതിനാൽ, അയാൾക്കെത്ര നേരം വേണമെങ്കിലും വാവയുടെ കൂടെ കളിക്കാം.

ഇന്നത്തെ കുടുംബഘടന സ്വേച്ഛാധിപത്യം അനുവദിക്കുന്ന ഒന്നാണ്. സാമ്പത്തികപരമായും, പുരുഷമേധാവിത്വപരമായുള്ള സ്വേച്ഛാധിപത്യം ജോയ്ക്കുണ്ട്. അതിന്റെ അളവിന് ഏറ്റക്കുറച്ചിലുകളുണ്ട് എന്നു

മാത്രം. ഇത് എന്നെ ബാധിക്കുന്നുണ്ട്. ഞാൻ വാവയോട് കാണിക്കുന്നത് ഇതേ സ്വേച്ഛാധിപത്യമാണ്. ജോ എന്നോട് പ്രയോഗിക്കുന്ന അതേ രീതിയിൽ ഞാൻ വാവയോട് പ്രതികരിക്കുമ്പോൾ, ജോ പെട്ടെന്ന് നീതിക്കുവേണ്ടി നിലനിൽക്കുകയാണെന്നു പറയുന്നതുകൂടാതെ, വാവയെ പിന്താങ്ങുകയും എനിക്കെതിരെ ശബ്ദമുയർത്തുകയും ചെയ്യും. എല്ലാ വീട്ടിലും എല്ലാ സ്ത്രീകൾക്കും ഇത്തരം അനുഭവമുണ്ടാവാതിരിക്കില്ല. കുട്ടികളോട് സൈഡ് പിടിക്കുകയും അമ്മയെ കുറ്റപ്പെടുത്തുകയും ചെയ്യുന്ന രീതി കാരണം അമ്മ ചെയ്യേണ്ട കൃത്യങ്ങളിൽ നിന്ന് മാറുന്നു എന്നുള്ള കുറ്റപ്പെടുത്തൽ പല രീതികളിലുമാണ് പ്രത്യക്ഷപ്പെടുക.

ഒരു മാതിരി പ്രശ്നങ്ങളൊക്കെ നല്ല നഴ്സറി സ്കൂളുകളിലൂടെ മാറ്റാവുന്നതാണ്. അധികസമയം കുട്ടികളെ സംരക്ഷണത്തോടെ നിർത്താൻ പറ്റുന്ന നഴ്സറികൾ ഇന്നത്യാവശ്യമാണ്. അവന്റെ പ്രായത്തിലുള്ള കുട്ടികളുടെ കൂടെ കളിക്കുന്നത് തന്നെയാണ് ആരോഗ്യകരം. ഞാനവന്റെ കളികൾ ആസ്വദിക്കാറുണ്ട്, അവന്റെ കണ്ടുപിടുത്തങ്ങളെ അനുമോദിക്കുകയും അംഗീകരിക്കുകയും ചെയ്യാറുണ്ട്. എങ്കിലും, അതേ പ്രായത്തിലുള്ളവരിൽ നിന്നുള്ള അനുഭവങ്ങൾ കൂടുതൽ ആരോഗ്യപരമാണ്.

ഇത്രയൊക്കെ പറയുമ്പോഴും, ഞാൻ പലപ്പോഴും കരുതുന്നത്, എനിക്ക് പിടിച്ചുനിൽക്കാൻ കഴിയുന്നത് ജോ എന്നെ മനസിലാക്കുന്ന, സഹകരിക്കുന്ന വ്യക്തിയായതുകൊണ്ടും വാവ വലിയ വാശിയൊന്നുമില്ലാത്ത, സ്നേഹമുള്ള മകനായതുകൊണ്ടുമാണ്.

6

ഒരു പാരമ്പര്യവീട്ടമ്മയുടെ അനുഭവങ്ങൾ

"We are really talking about humanism."

(Gloria Steinem)

ഒരു വീട്ടമ്മയാവുക എന്നത് മുൻപേ കൂട്ടി ഉറപ്പിച്ച തീരുമാനമല്ല. സാഹചര്യങ്ങളാൽ വീട്ടമ്മയായി മാറുകയാണ് ചെയ്യുന്നത്. ഒരു പെൺകുട്ടിയുടെ സാമൂഹികവൽക്കരണത്തിൽ ആരും പറയാതെ തന്നെ സംഭവിക്കുന്ന ഒന്നാണ് വീട്ടുകാര്യങ്ങൾ നോക്കുക എന്നത്. വിദ്യാഭ്യാസം ലഭിക്കുന്നതിന്റെയും, അറിവ് വളരുന്നതിന്റെയും തുടർച്ചയായി അത് ഏത് രീതിയിൽ പ്രയോജനപ്പെടുത്താം എന്നാലോചിക്കുന്നതിന്റെയും ഭാഗമായി തൊഴിലന്വേഷണം തുടങ്ങുന്നു. അല്ലെങ്കിൽ, സാമ്പത്തിക പ്രശ്നം രൂക്ഷമാവുമ്പോൾ തൊഴിലന്വേഷിക്കുന്നു. 'തൊഴിൽ എന്റെ ജന്മാവകാശമാണ്' എന്ന ധാരണയോടെ തൊഴിലെടുക്കുന്നവർ വിരളമാണ്. കുറേക്കാലം തൊഴിലന്വേഷിക്കും. അല്ലറചില്ലറ തൊഴിലുകളിൽ വിവാഹം വരെ നീണ്ടുപോകും. രാജിവെക്കാവുന്ന ജോലിയാണെങ്കിൽ രാജിവെച്ച് വിവാഹം കഴിക്കും. വിവാഹശേഷം, ഭർത്താവിന്റെ പണിസ്ഥലത്ത് സൗകര്യമായി വേറെ ജോലി നോക്കാമെന്ന് തീരുമാനിക്കും. പക്ഷേ, പലപ്പോഴും അതുണ്ടാവില്ല. വീട്ടമ്മയാകാനുള്ള ആദ്യപടി എന്ന രീതിയിൽ ഒരു വർഷത്തിനകം ഗർഭം ധരിക്കുകയും ചെയ്താൽ, തൊഴിലന്വേഷണം സ്വാഭാവികമായും നീണ്ടുപോകും. നമുക്കിഷ്ടപ്പെട്ട തൊഴിൽ ലഭിക്കാത്തതുകൊണ്ട്, നമ്മുടെ സമയത്തിനു പറ്റാത്ത തൊഴി

ലായതുകൊണ്ട്, ആരോഗ്യത്തിനുപറ്റാത്ത ജോലിയായതുകൊണ്ട്, ദൂരം കൂടുതലായതുകൊണ്ട് എന്നിങ്ങനെ പല കാരണങ്ങളാലും നീണ്ടുപോകുന്ന തൊഴിലന്വേഷണത്തിന്റെ ഫലമായി, തൊഴിൽ ലഭിക്കാത്തതിന്റെ ഫലമായി മെല്ലെ വീട്ടമ്മയായി അവർ പരിണമിക്കുന്നു. അതുകൊണ്ടാണ് ആദ്യം സൂചിപ്പിച്ചത്, മുൻകൂട്ടി എടുത്ത തീരുമാനത്തോടെയല്ല ആരും വീട്ടമ്മയാകുന്നത് എന്ന്.

പക്ഷേ വിരളമായിട്ടെങ്കിലും വീട്ടമ്മയാവാൻ തന്നെ തീരുമാനിക്കുന്നവരുണ്ട്. അത്തരത്തിലുള്ള അവരുടെ പേര് പരാമർശിക്കണം. രണ്ടു തലമുറയിലെ വീട്ടമ്മയെ താരതമ്യം ചെയ്യാനാണിവിടെ ശ്രമിക്കുന്നത്. ജോലിഭാരത്തിൽ, വീട്ടുപകരണത്തിൽ, ആഹാരരീതിയിൽ, പാചകക്രമത്തിൽ, സമയക്രമത്തിൽ, വിശ്രമസമയത്തിന്റെ വിനിയോഗത്തിൽ, വീട്ടുപകരണങ്ങളിലെ സാങ്കേതികത്വത്തിലൊക്കെ വന്നിരിക്കുന്ന മാറ്റങ്ങൾ, അറുപത്തിയെട്ടു വയസായ പൂർണസമയവീട്ടമ്മയുടെ വീക്ഷണത്തിലാണ് പ്രതിപാദിക്കുന്നത്.

ജാതികൊണ്ടും സാമ്പത്തികം കൊണ്ടും ഉന്നതകുലജാതനാലും അഞ്ചു പണിക്കാർ വീട്ടുജോലിക്കു തന്നെയുണ്ടായിരുന്ന വലിയ ആഢ്യ ജന്മിഗൃഹം.

വിദ്യാഭ്യാസ തൽപ്പരനായ, പണ്ഡിതനായ അച്ഛൻ, സംസ്കൃതവും മലയാളവും ഇംഗ്ലീഷും ഹിന്ദിയും അറിയാവുന്ന അച്ഛന്റെ വാലിൽ തൂങ്ങി നടക്കുന്ന കൗതുകമുള്ള കൊച്ചു പെൺകുട്ടി. അച്ഛന്റെ ഓരോ വാക്കും വിവരദായകമായിരുന്നു. അച്ഛൻ പറഞ്ഞുതരാറുള്ള ഗുണപാഠങ്ങൾ, സ്വഭാവവിശേഷണങ്ങൾ, ജീവിത മൂല്യങ്ങൾ എല്ലാം വിനയത്തോടെ, ശ്രദ്ധയോടെ, ഭക്തിയോടെ, സ്നേഹത്തോടെ കേട്ടിരുന്ന ആ പെൺകുട്ടിയുടെ മനസ്സ് നിറച്ചും അച്ഛനായിരുന്നു. അമ്മ സ്വതവേ മിതഭാഷിയും ഇടപെടലുകളും ലാളനയും കുറവായ പ്രകൃതവുമായതിനാൽ അച്ഛനായിരുന്നു എല്ലാം. ജീവിതം തീരുമാനിച്ചതും അച്ഛന്റെ താൽപ്പര്യപ്രകാരം തന്നെയായിരുന്നു.

അച്ഛന് നല്ല വായനശീലമുണ്ട്. അച്ഛൻ വായിക്കുന്നതൊക്കെ മകളുമായി പങ്കുവെക്കുമായിരുന്നു.

"നന്മയുള്ളവർ ലോകത്തിൽ കുറഞ്ഞുവരുന്നു. ലോകത്തിലെ നന്മകളൊക്കെ നശിക്യാണ്. സത്യം മരിച്ചുകൊണ്ടിരിക്യാട്ടോ, കുട്ട്യേ" – എന്നച്ഛൻ പറഞ്ഞിരുന്നത് എന്താണെന്ന് മനസിലാക്കാനുള്ള പ്രായമല്ലെങ്കിലും, വാക്കുകൾ അപ്പടി ഹൃദയത്തിലേറ്റിയ പെൺകുട്ടി.

എങ്കിലും ചിലകാര്യങ്ങളിൽ അവൾ ശഠിച്ചിരുന്നു, വാദിച്ചിരുന്നു. ശരിയാണോ, തെറ്റാണോ എന്നറിഞ്ഞിട്ടില്ല. എങ്കിലും വാദിച്ചിരുന്നു.

"പെൺകുട്ട്യോള് എന്ത്ന്നായാലും രണ്ടാം തരന്തന്ന്യാണേയ്...." എന്നുപറയുന്ന അച്ഛനോട് 'അല്ല' എന്ന് വാദിച്ചു ജയിക്കാൻ പറ്റിയിരുന്നില്ലെങ്കിലും ശക്തമായി വാദിച്ചിരുന്നു. ആ പ്രസ്താവന തെറ്റാണെന്ന്

ബോധ്യമായിരുന്നപ്പോഴും, ന്യായീകരിക്കാനുള്ള കോപ്പുകളില്ലാതെയാവുമ്പോൾ അച്ഛൻ പറയും.

"കുട്ടി എന്ത് പറഞ്ഞാലും, അതങ്ങനെ തന്ന്യാ"

പിന്നെ മറുവാക്കില്ല, മിണ്ടാട്ടമില്ല. വളർന്നുവന്ന സാഹചര്യത്തിൽ, ഉദ്യോഗസ്ഥയാവണമെന്നോ വലിയ പഠിപ്പു പഠിക്കണമെന്നോ തോന്നിയിട്ടില്ല. അറിയില്ല എന്നു പറയുന്നതാവും ശരി. എല്ലാ മോഹങ്ങളും സാധിച്ച് വളർന്നതോണ്ട് വലിയ മോഹങ്ങളുമൊന്നുമുണ്ടായിരുന്നില്ല. അക്കാലത്തെ 'വലിയ' മോഹങ്ങളിലൊന്ന് ലളിത പത്മിനി രാഗിണി സഹോദരിമാരുടെ നൃത്തം നേരിട്ടു കാണണം എന്നതായിരുന്നു. 10 വയസിൽ തന്നെ ആ മോഹം സാധിപ്പിച്ചു തന്നിരുന്നു അച്ഛൻ.

പത്താം ക്ലാസുവരെ പഠിച്ചു. അന്നത്തെ പത്താം ക്ലാസിന് നല്ല നിലവാരമുണ്ടായിരുന്നു. ഹിന്ദിയും ഇംഗ്ലീഷും മലയാളവും അക്ഷരസ്ഫുടതയോടെ സംസാരിക്കുവാനുള്ള കഴിവ് നേടിത്തരുന്നതായിരുന്നു. സാഹിത്യ സമാജങ്ങളിൽ സജീവമായി പങ്കെടുത്തിരുന്നു. കലയും സാഹിത്യവും നന്നായിത്തന്നെ കൈകാര്യം ചെയ്തിരുന്നു. പാട്ടുകേൾക്കാനുള്ള മോഹം അതിയായിരുന്നു. പതിനഞ്ചാമത്തെ വയസിലാണ് റേഡിയോ കാണുന്നതും കേൾക്കുന്നതും. അന്ന് ബാറ്ററിയിൽ പ്രവർത്തിക്കുന്ന റേഡിയോ ആയിരുന്നു. കുറേ പാട്ട് കേൾക്കും.

പത്താംതരം പാസായതിൽ പിന്നെയും വീട്ടുജോലികളൊന്നും തന്നെ വശമുണ്ടായിരുന്നില്ല. നെല്ലുകുത്തുപുരയിലും പറമ്പിലും ജോലിക്കാരുടെ പിന്നാലെ നടക്കും. യാതൊരു അല്ലലുമില്ലാതെ പാട്ടും കേട്ട് നടന്നിരുന്ന കാലത്ത് പത്തായം പെറും, ചക്കികുത്തും, അമ്മവെക്കും ഞാനുണ്ണും എന്നരീതി. അച്ഛന്റെ സഹോദരിമാർ കടുമാങ്ങ, ഉലുവമാങ്ങ, നെല്ലിക്ക, കയ്പനാരങ്ങ എന്നിങ്ങനെ അച്ചാറുകൾ നിറച്ച ഭരണികൾ കൊണ്ടുവന്നു കലവറയിൽ വെക്കും. പയറ് കൊണ്ടാട്ടം, കയ്പ, ചുണ്ടങ്ങ, അരികൊണ്ടാട്ടം, ചക്കപ്പപ്പടം എന്നിങ്ങനെയുള്ളവയുടെയും ശേഖരം കലവറയിൽ കാണും. മഴക്കാലങ്ങളിൽ പച്ചക്കറിയുടെ അഭാവം പരിഹരിക്കാനുള്ള പഴയരീതിയാണ്. വേനൽക്കാലത്തു തന്നെ മീനമാസത്തിലെ ചൂട് ഒട്ടും പാഴാക്കാതെ ഉണക്കി സൂക്ഷിക്കുന്നവ (ഒരുപക്ഷേ, സൗരോർജം കാര്യമായി ഉപയോഗിച്ചത് അന്നത്തെ വീട്ടമ്മമാരായിരിക്കും).

19–ാം വയസിൽ കല്യാണം. നല്ല വിദ്യാഭ്യാസമുള്ള കുടുംബം. വിദ്യാസമ്പന്നനായ വിശാലഹൃദയനായ ഭർത്താവ്. കുടുംബത്തിൽ സാമ്പത്തിക പ്രശ്നമുണ്ടായിരുന്നുവെങ്കിലും നല്ല സ്നേഹമുള്ള അമ്മയും അച്ഛനും. സ്വന്തം വീട്ടിൽ നിന്ന് അനുഭവിച്ചറിയാത്ത മാതൃസ്നേഹം ആവോളം അനുഭവിക്കാൻ, അവിടുത്തെ അമ്മയിൽനിന്നും കഴിഞ്ഞിരുന്നു. അവരുടെ സ്നേഹമസൃണമായ പെരുമാറ്റം കാരണം വീടിന്റെ വലിപ്പമോ, പരിചയമില്ലാത്ത അന്തരീക്ഷമോ പ്രശ്നമായി തോന്നിയിരുന്നില്ല. എങ്കിലും പുതിയ രീതികൾ പഠിക്കാനും, പരിശീലിക്കാനും നന്നെ

ബുദ്ധിമുട്ടി. വീട്ടിലെല്ലാവരും പണിയെടുക്കുമ്പോൾ പണിയെടുക്കാതെ വയ്യ, അതേസമയം പണിയെടുത്തു ശീലവുമില്ല. കരച്ചിലിന്റെ വക്കെത്തുമ്പോൾ 'കുട്ടി ഒന്നും ചെയ്യണ്ട, അവിടെ ഇരുന്നോളൂ' എന്നാശ്വസിപ്പിക്കുന്ന അമ്മ.

കഷ്ടിച്ച് ഒരു വർഷമാവുമ്പോഴേക്കും ഭർത്താവിന്റെ കൂടെ ബോംബെയിലേക്ക്. അത് മറ്റൊരു ലോകം തന്നെയായിരുന്നു. ഇങ്ങനെയും മനുഷ്യർ ജീവിക്കുന്നുണ്ട് എന്ന തിരിച്ചറിവ്. നാട്ടിൻപുറം മാത്രം കണ്ടിരുന്ന കുട്ടിക്ക് എല്ലാം വിസ്മയമായിരുന്നു. പലനില ഫ്ളാറ്റുകൾ, വണ്ടിയോടിക്കുന്ന സ്ത്രീകൾ, മുടിമുറിച്ച്, ലിപ്സ്റ്റിക്കിട്ട് നടക്കുന്ന പെൺകുട്ടികൾ. മൈസൂർ പാക് കട്ടികൾ പോലെ കെട്ടിടങ്ങൾ, ഇലക്ട്രിക് ട്രെയിനിൽ തൊഴിലിനായി നെട്ടോട്ടമോടുന്ന സ്ത്രീ പുരുഷന്മാർ എന്നിങ്ങനെ പലതും. ഭർത്താവിന്റെ വെപ്പുകാരൻ തയാറായിരുന്നതിനാൽ വീട്ടിൽ നിന്ന് പഠിച്ചു തുടങ്ങിയ വീട്ടുജോലിയുടെ ബാലപാഠങ്ങൾ പ്രയോഗിക്കേണ്ടിവന്നില്ല.

നാട്ടിലുള്ളതുപോലെ, വിറകുകളുടെയോ ഈർച്ചപ്പൊടിയുടെയോ, സഹായമില്ലാതെ, പമ്പ് ചെയ്താൽ വലിയ ശബ്ദത്തോടെ നീലനിറത്തിൽ കത്തുന്ന മണ്ണെണ്ണ സ്റ്റൗ. കാച്ചിൽ, ചേന, ചേമ്പ്, വാഴപ്പൂവ്, ഉണ്ണിത്തണ്ട എന്നിവ ഉരുളക്കിഴങ്ങ്, സവാള, ബീൻസ്, കാരറ്റ്, കാബേജ് എന്നിവയ്ക്ക് വഴിമാറി. ചക്കയും മാങ്ങയും പൈസകൊടുത്ത് മാർക്കറ്റിൽ നിന്ന് വാങ്ങുന്ന സംവിധാനം. കുപ്പിയിലും ടിന്നിലും ലഭിക്കുന്ന അച്ചാറുകൾ, ചപ്പാത്തി എന്ന ആഹാരംപോലും ബോംബെയിൽ ചെന്നപ്പോഴാണ് കാണുന്നത്. ചപ്പാത്തി കേരളത്തിലെത്തുന്നത് 60 ന്റെ മധ്യത്തിലായിരുന്നു. എല്ലാറ്റിനുമുപരി, മലയാളം അല്ലാത്ത മറ്റൊരുഭാഷ, ഒന്നരയും മുണ്ടും സാരിയുമല്ലാത്ത മറ്റൊരു വേഷം. പുതിയ തരത്തിലുള്ള ഭക്ഷണരീതിയും ജീവിതരീതിയും. നാട്ടിലുപയോഗിച്ചിരുന്ന പിത്തള ഗ്ലാസുകൾക്കും ചെമ്പുപാത്രങ്ങൾക്കും പകരം, സ്റ്റൗവിൽ വെക്കുമ്പോഴേക്കും ചൂടാവുന്ന, തിളങ്ങുന്ന സ്റ്റീൽ പാത്രങ്ങൾ. പറമ്പിലും തൊടിയിലും നടക്കാനില്ലാത്തതിനാൽ വിശ്രമസമയം ധാരാളം. വായനയ്ക്കായി, കൂടുതൽ സമയം ചിലവഴിക്കാൻ കഴിഞ്ഞു. പുറത്തിറങ്ങാനും, ഒറ്റയ്ക്ക് മാർക്കറ്റിൽ പോകാനും പഠിച്ചു. പഠിച്ചിരുന്ന ഹിന്ദി പ്രയോഗിച്ചു തുടങ്ങി. ചെറിയ തോതിൽ സൗഹൃദങ്ങൾ. ഉച്ചസമയത്ത്, വിവിധതരം തുന്നലുകൾ പഠിച്ചു. സ്വെറ്റർ തുന്നാൻ, എംബ്രോയ്ഡറി ചെയ്യാൻ, ക്രോസ്സ്റ്റിച്ച് എന്നിവ ചെയ്ത് മേശവിരിയും തലയണ ഉറയും ഭംഗിയാക്കുക തുടങ്ങി കലാപരമായ വാസനകൾ പുറത്തുകൊണ്ടുവരാൻ കഴിഞ്ഞു. ബാക്കി സമയം മുഴുവൻ വായന.

വായിക്കുന്ന കഥകൾ എന്നും സ്വാധീനിച്ചിരുന്നു. ആരുടെ നോവലാണെന്നോർക്കുന്നില്ല. ഒരു ഇന്ദിരയും ഗോപിനാഥനും കഥാപാത്രങ്ങളായുള്ള നോവൽ. അതിലെ ഇന്ദിര നല്ല വീട്ടമ്മയാണ്. ഭർത്താവിന്റെ/

വീട്ടിലെ കാര്യങ്ങൾ നോക്കുക. അടുക്കും ചിട്ടയുമായി ഭംഗിയായി വീട ലങ്കരിക്കുക, 'സ്വീറ്റ്ഡ്രീംസ്, ഗുഡ്നൈറ്റ്' എന്നൊക്കെ എംബ്രോയിഡറി ചെയ്ത തലയണകൾ ഭർത്താവിന് സമ്മാനിക്കുക, അല്ലലില്ലാത്ത, വിദ്യാ സമ്പന്നയായ, എപ്പോഴും ചിരിച്ച് പാട്ടുപാടി, ഉല്ലാസവതിയായ വീട്ടമ്മ. ഈ കഥാപാത്രം തന്നെ സ്വാധീനിച്ചിരുന്നു. ഇന്ദിരയെപ്പോലെ ഒരു വീട്ട മ്മയാവുക എന്നതായിരുന്നു ആഗ്രഹം.

(അറുപതുകളിലെ നോവലുകളിൽ വിദ്യാസമ്പന്നയായ വീട്ടമ്മമാ രായിരുന്നു, സ്ത്രീ കഥാപാത്രങ്ങൾ. കാര്യങ്ങളൊക്കെ ശാസ്ത്രീയമായി വിശകലനം ചെയ്യുന്ന, ജീവിതവീക്ഷണങ്ങൾപോലും നേടിയെടുത്ത, വിദ്യാഭ്യാസത്തിന്റെ വെളിച്ചത്തിൽ നെയ്തെടുക്കുന്ന വീട്ടമ്മ. മധ്യവർഗ സംസ്കാരത്തിൽ വിദ്യ നേടുന്നതുതന്നെ വീട്ടമ്മയാവാനായിരുന്നു.)

വൈകുന്നേരങ്ങളിൽ റിങ് ടെന്നീസ് കളിക്കുവാൻ പോകുമായി രുന്നു. ഇതൊക്കെത്തന്നെ പുതിയ അനുഭവമായിരുന്നു. ഭാഗ്യവതിയായ അല്ലലെന്തെന്നറിയാത്ത വീട്ടമ്മയായി സ്വയം നോക്കിക്കണ്ടിരുന്നു. അതിൽ സംതൃപ്തയുമായിരുന്നു.

ദാമ്പത്യത്തിന്റെ നാലാമാണ്ടിൽ, റഷ്യയിലേക്ക്. ജീവിതത്തിൽ ഒരി ക്കലും നേടാൻ കഴിയുമെന്ന് കരുതിയിട്ടില്ലാത്ത ഒരു യാത്ര. ഭർത്താവ് പഠനാർഥം റഷ്യയിലായിരുന്നു. അദ്ദേഹത്തിന്റെ ആഗ്രഹപ്രകാരം, സ്ഥല ങ്ങൾ കാണാൻ അദ്ദേഹത്തിന്റെ കൂടെ തിരിച്ചു. ചിറകുവിടർത്തി നിന്നി രുന്ന വിമാനത്തെ കണ്ടപ്പോൾ ചെറുപ്പകാലം ഓർത്തുപോയി. ആകാ ശത്ത് മുരൾച്ചയോടെ ഉയർന്നുപറക്കുന്ന വിമാനം കണ്ട് ഇല്ലപ്പറമ്പിലും പാടത്തും കൈകളുയർത്തി കൂടെ ഓടുന്ന പണിക്കാരുടെ കുട്ടികളോട് പറയാറുണ്ടായിരുന്നു. "ഇത് നല്ല സ്പീഡിലാ പോണത്. അതിൽ നിറച്ചും ആൾക്കാരാണ് എന്നൊക്കെ. ഇവിടുന്നെന്താ പറയണത്? (തമ്പുരാട്ടി/ ഇല്ലത്തമ്മയെ നിങ്ങൾ എന്നുപോലും പറയാറില്ലല്ലോ) ഇത്രേം ചെറിയ സാധനത്തിൽ ആൾക്കാരോ? അതുമല്ല, ഇത്രയും ആൾക്കാർ കയറി യാൽ ഇത് വീഴൂലെ? റഷ്യയിൽ കണ്ടത് ബോംബെയിലും വലിയ ആധു നിക ജീവിതമായിരുന്നു. .കമ്യൂൺ ജീവിതം. കമ്യൂണിറ്റി അടുക്കള. എട്ട് വീടുകളുള്ള ഫ്ളാറ്റിൽ, അടുക്കളയിൽ എട്ട് ഗ്യാസ് അടുപ്പുകൾ നിരനി രയായി.... നമ്മുടെ ഗ്യാസടുപ്പിൽ നമുക്ക് വേവിക്കാം, വറുക്കാം, പൊരിക്കാം. ചിത്രത്തിൽ മാത്രം കണ്ടിട്ടുള്ള മീനും, താറാവും തൊട്ട ടുത്ത് നിന്ന് ചൈനക്കാരും കൊറിയക്കാരും പൊരിച്ചെടുക്കുമ്പോൾ, മൊള കുഷ്യവും തോരനും ഉണ്ടാക്കുവാൻ തനിയെ പഠിക്കുകയായിരുന്നു.

ടിന്നിലടച്ച ബീൻസും കാരറ്റും പീസും പാകംചെയ്യാൻ പഠിച്ചു. റഷ്യ ക്കാർക്ക് ഇന്ത്യക്കാരുടെ സാരി കണ്ടാൽ കമ്പമാണ്. ഓടിവന്ന് ഫോട്ടോ എടുക്കും. സംസാരിക്കും സൗഹൃദത്തോടുകൂടി പെരുമാറും. പത്താം ക്ലാസ് വരെ പഠിച്ചിരുന്ന ഇംഗ്ലീഷ് പ്രയോഗിക്കാനവസരം കിട്ടി. റഷ്യയിലെ അഞ്ചുമാസ അളവിൽ, കുറേ നല്ല സൗഹൃദങ്ങൾ നേടി. വിവിധ രാജ്യ

ങ്ങളിലെ ആൾക്കാരുമായി, വിവിധ സംസ്കാരങ്ങളുമായി, മഞ്ചേരിയിലെ ഇല്ലത്തെ പെൺകിടാവ് ശീലിച്ചു. ശാസ്ത്രജ്ഞനായ, പൊതുപ്രവർത്ത കനായ ഭർത്താവിന് ധാരാളം സുഹൃത്തുക്കളുണ്ടായിരുന്നു. അവരെ പരി ചയപ്പെടുകയും സൽക്കരിക്കുകയും ചെയ്തു. ഭാഗ്യമാണ് ഈ ജീവി തവും ജീവിതസഖാവുമെന്ന് നൂറാവർത്തി സ്വയം പറഞ്ഞു.

അന്ന് സോവിയറ്റ് യൂണിയനുണ്ടായിരുന്നതുകൊണ്ട് കാണുവാൻ കുറേ സ്ഥലങ്ങളുമുണ്ടായിരുന്നു. വീട്ടുജോലി, പാചകം, പാട്ടു കേൾക്കൽ, വായന എന്നിങ്ങനെ ആഴ്ചയിൽ അഞ്ചുദിവസം, ശനി, ഞായറിൽ ചുറ്റിക്കറങ്ങി സ്ഥലങ്ങൾ കാണുമായിരുന്നു. കാണുന്നതെല്ലാം അത്ഭുതമായിരുന്നു.

സംസ്കൃതവും ഹിന്ദിയും പറയുന്ന അച്ഛന്റെ പിന്നാലെ അത്ഭുത ത്തോടെ കാര്യങ്ങൾ ഗ്രഹിച്ചിരുന്ന പെൺകിടാവ് അവളുടെ ഉള്ളിൽ അപ്പോഴും ഒളിഞ്ഞുകിടക്കുന്നുണ്ടായിരുന്നു. അച്ഛന് പകരം ജീവിത സഖാവ്—അച്ഛനോടെന്നപോലെ കയർക്കാനും വാദിക്കാനും.

അച്ഛൻ മകളെ കണ്ടിരുന്ന അതേ വാത്സല്യത്തോടെ, മോഹങ്ങ ളെല്ലാം സാധിച്ചുകൊടുക്കുന്ന അദ്ദേഹമുണ്ടായിരുന്നതിനാൽ അച്ഛന്റെ അഭാവം അറിഞ്ഞിരുന്നില്ല. അതിമോഹങ്ങളില്ലെങ്കിലും മോഹങ്ങൾക്ക തീതമായി സ്വപ്നങ്ങൾ സാക്ഷാൽക്കരിക്കാൻ പറ്റിയ ജീവിതയാത്ര.

റഷ്യയിൽ നിന്ന് വീണ്ടും ബോംബെയിലേക്ക്. അപ്പോഴേക്കും ബോംബെയിലും ഗ്യാസ് സ്റ്റൗ എത്തിയിരുന്നു. സമയം കൂടുതലായി ലാഭിച്ചിരുന്നു എന്നത് സത്യമാണ്. മക്കളെ സ്കൂളിലേക്ക് പറഞ്ഞയ ക്കുക, അവരുടെ കാര്യങ്ങൾ നോക്കുക, അവരുടെ പഠനങ്ങൾ ശ്രദ്ധി ക്കുക, അവരുടെ കൊച്ചുകൊച്ചു പിണക്കങ്ങളും വർത്തമാനങ്ങളും കേൾക്കുക എന്നിങ്ങനെ ദിവസങ്ങൾ പോയി. മാറ്റങ്ങൾ അനുഭവിച്ച റിഞ്ഞു. ഭർത്താവിന്റെ തിരക്കു പിടിച്ച പണികൾക്കിടയിൽ കുടുംബ ത്തെയോ, കുട്ടികളെയോ ശ്രദ്ധിക്കാൻ സമയം ലഭിച്ചിരുന്നില്ല. വിദ്യാ ഭ്യാസമുള്ള വീട്ടമ്മയായതുകൊണ്ടുതന്നെ, അതു മനസിലാക്കാനും കുട്ടി കളുടെ വിദ്യാഭ്യാസ കാര്യങ്ങളിൽ സഹായിക്കാനും കഴിഞ്ഞിരുന്നു. അവ രുടെ സ്വഭാവരൂപീകരണത്തിലും ജീവിതമൂല്യങ്ങൾ സൃഷ്ടിച്ചുകൊടു ക്കുന്നതിലും വിജയിച്ചു. പിന്നീട് തിരുവനന്തപുരത്ത് നീണ്ട 23 വർഷ ങ്ങൾ. എല്ലാത്തരം സാങ്കേതികവിദ്യകളും ലഭ്യമായിരുന്നു. വാഷിങ് മെഷീൻ, മിക്സി, ഗ്യാസ് സ്റ്റൗ, ഫ്രിഡ്ജ് എന്നിങ്ങനെ സമയം ലാഭി ക്കാവുന്ന എല്ലാം. വിശ്രമവേളകൾ വർധിച്ചു. കുട്ടികളും വലുതായി. മഹി ളാസമാജത്തിൽ അംഗമായി പ്രവർത്തിച്ചിരുന്നു. ഉച്ചയ്ക്കുശേഷം മഹിളാ സമാജത്തിലേക്കു പോകുമ്പോഴും, പൊതുപ്രവർത്തനം മനസിലുണ്ടാ യിരുന്നില്ല. കുറേ സൗഹൃദങ്ങൾ പങ്കിടാനുള്ള താൽപ്പര്യമുണ്ടായിരുന്നു. കുട്ടികൾ പഠിച്ച് അമേരിക്കയിലായി, രണ്ടുപേരും. അമേരിക്കയിൽ നിന്നു വന്നപ്പോൾ മൈക്രോവേവ് ഓവനുമായി.

അദ്ദേഹം അന്നുമിന്നും അടുക്കളയിൽ അത്യാവശ്യം സഹായിക്കാറുണ്ട്. ഉണ്ണിപ്പിണ്ടി പോലുള്ളവ നുറുക്കാനൊന്നും ഇന്നും താൽപ്പര്യമില്ല. പഠിച്ചതുമില്ല. അദ്ദേഹം നന്നായി അതൊക്കെ ചെയ്തുതരും. സ്ത്രീകൾക്ക് സമൂഹത്തിൽ തുല്യസ്ഥാനം വേണമെന്ന് ഉറച്ചുവിശ്വസിക്കുന്ന അദ്ദേഹം അവരുടെ താൽപ്പര്യങ്ങൾക്ക് ഒരിക്കലും എതിരായി പ്രവർത്തിക്കുകയോ, പറയുകയോ ചെയ്തിട്ടില്ല. ആറോ ഏഴോ പ്രാവശ്യം അമേരിക്കക്കുപോയി. അമേരിക്കയും മുഴുവനും കണ്ടു.

കഴിഞ്ഞ 15 വർഷമായി തൃശൂരിൽ താമസിക്കുന്നു. ഒരു വലിയ മതിൽക്കെട്ടിനുള്ളിൽ 3–4 ബന്ധു കുടുംബങ്ങൾ ഒന്നിച്ച്. വായിക്കാൻ ഇഷ്ടംപോലെ സമയം. വിശ്രമസമയം മുഴുവൻ വായിക്കുന്നു, ചെടികൾ എന്നും ഇഷ്ടമായിരുന്നു, തെരഞ്ഞെടുത്ത ടി വി പരിപാടികൾ കാണുന്നു. പൂർണമായ സംതൃപ്തിയുണ്ട്. നാൽപ്പതുകളിൽ ജനിച്ച് 68 വർഷം പൂർത്തിയാക്കിയ ഇവരുടെ കാലഘട്ടം കേരളസമൂഹത്തിൽ വളരെയേറെ മാറ്റങ്ങളുണ്ടായ കാലഘട്ടമാണ്, പ്രത്യേകിച്ച് നമ്പൂതിരി സമുദായത്തിൽ. നാൽപ്പതുകളിൽ സ്ത്രീവിദ്യാഭ്യാസം അംഗീകരിക്കപ്പെട്ടിരുന്നു. പക്ഷേ തൊഴിലെടുക്കാനാണ് വിദ്യാഭ്യാസം എന്നത് അംഗീകരിക്കപ്പെട്ടിരുന്നില്ല. പല ആഢ്യ ഇല്ലങ്ങളിലും വലിയ തറവാടുകളിലും പുറത്ത് ജോലിക്കു പോകുന്നതുതന്നെ മോശമായി കണ്ടിരുന്നു. 'അവൾ കൊണ്ടു വന്നിട്ടു വേണ്ട, ഇവിടെ' എന്ന ധാരണ വളരെ പ്രകടമായി പറഞ്ഞിരുന്ന ധനാഢ്യന്മാരുണ്ട്.

അപ്പോൾപ്പിന്നെ വിദ്യാഭ്യാസം നല്ല വീട്ടമ്മയാവാനുള്ളതാണ്. അക്കാലത്തിലെ സ്ത്രീമാസികകളിൽ നല്ലൊരു ശതമാനം ലേഖനങ്ങളും ഭൃത്യന്മാരെക്കൊണ്ട് പണിയെടുപ്പിച്ച്, കാലിന്മേൽ കാലും കയറ്റിയിരിക്കുന്ന 'കൊച്ചമ്മ' മാരെക്കുറിച്ചായിരുന്നു. ഭൃത്യന്മാരെവെച്ച് പണിയെടുപ്പിക്കരുതെന്നും, സ്ത്രീകളുടെ പണി അല്ലെങ്കിൽ സൃഷ്ടി തന്നെ വീടു ഭരിക്കാനാണെന്നും ഈ മാസികകളിലൂടെ പ്രചരിപ്പിച്ചിരുന്നു. അതിൽ സ്ത്രീകളെഴുതിയ ലേഖനങ്ങളുടെ അത്രതന്നെ, പുരുഷന്മാരും ഇതേ അഭിപ്രായം പറഞ്ഞിരുന്നു. ഒരു വീട്ടമ്മയ്ക്ക് വിദ്യാഭ്യാസമുണ്ടെങ്കിലുള്ള ഗുണങ്ങളെ പ്രശംസിക്കുന്ന ലേഖനങ്ങൾ പരക്കെ പ്രസിദ്ധീകരിക്കപ്പെട്ടിരുന്നു. അന്ധവിശ്വാസങ്ങളും അനാചാരങ്ങളും കളഞ്ഞ് ശാസ്ത്രീയമായി യുക്തിചിന്തയുണ്ടാക്കേണ്ടത് സ്ത്രീകൾക്ക് അത്യാവശ്യമാണെന്നും, അതിന് വിദ്യാഭ്യാസം ആവശ്യമാണെന്നും ശഠിച്ചിരുന്ന നൂറിൽപ്പരം ലേഖനങ്ങൾ.

നമ്മൾ കണ്ട അന്തർജനത്തിന്റെയും കഥ വേറെയല്ല. വിദ്യാഭ്യാസമുണ്ടായിരുന്നതു കൊണ്ടാണ് കുട്ടികളുടെ വിദ്യാഭ്യാസത്തിൽ ശുഷ്ക്കാന്തി കാണിച്ചത്, നല്ല നിലയിൽ ആക്കിയത്—വിശ്രമസമയം, വായനയിലേക്ക് തിരിഞ്ഞത്—ആൾദൈവങ്ങളോ, അമ്പലമോ, ടി വി അഡിക്ഷനോ ഇല്ലാതെ വായനാശീലം വളർത്തിയതിൽ അവർക്കു ലഭിച്ച വിദ്യാഭ്യാസത്തിന്റെ പങ്ക് ചെറുതല്ല.

അവർ സ്വയം സ്വീകരിച്ച, വഴിയായതിനാൽ, മാറി ചിന്തിക്കാനോ? അതൃപ്തി ഉണ്ടാവാനോ വകയില്ലാതെ, സംതൃപ്തിയോടെ ജീവിച്ചുപോരുന്നു. ആധുനികതയും ഉപഭോക്തൃ സംസ്കാരവും അടുക്കളയിലേക്ക് കടന്നുവന്നതും നാം കണ്ടു.

1959 വരെയുള്ള കാലഘട്ടത്തിൽ ജോലിക്കാരും, വിറകടുപ്പും വീട്ടുവളപ്പിലെ നാടൻ പച്ചക്കറികളും പിച്ചള ചെമ്പുപാത്രങ്ങളും ക്ഷാമകാല ശേഖരണത്തിന്റെ ഭാഗമായിത്തീർന്ന കലവറയും കുളത്തിലെ കുളിയും—1960കളിൽ ബോംബെയിൽ പരിഷ്കാരം വന്നിരുന്നുവെങ്കിലും കേരളത്തിൽ ഇല്ല. അറുപതുകളുടെ മധ്യത്താണ് അമേരിക്ക മാവ് എന്നറിയപ്പെടുന്ന മൈദാമാവ്, ഉരുളക്കിഴങ്ങ്, സവാളയൊക്കെ കേരളത്തിലെത്തുന്നത്. പഴയ സിങ്ക്ബക്കറ്റുകൾക്കു പകരം 'ബോംബെക്കാർ' കൊണ്ടുവരാറുള്ള പ്ലാസ്റ്റിക് ബക്കറ്റുകളൊക്കെ രംഗപ്രവേശം ചെയ്യുന്നത് 60 കളുടെ മധ്യത്താണ്. PL - 480 എന്ന സ്കീമനുസരിച്ച് ഇന്തോ-ചൈന യുദ്ധത്തിനുശേഷമുണ്ടായ ക്ഷാമകാലത്താണ്, അമേരിക്കൻ മാവ് പ്രത്യക്ഷപ്പെടുന്നത്. ചപ്പാത്തി, പൂരി എന്നിവ കേരളത്തിലെ ഹോട്ടലുകളിലെത്തുന്നതും അന്നു മുതലാണ്.

ബോംബെയിൽ നിന്നും മറ്റു പട്ടണങ്ങളിൽ നിന്നും അതിവേഗം ഇത്തരം സാമഗ്രികളും സാധനങ്ങളും കേരളത്തിലെത്തിയിട്ടുണ്ട്. ലിക്കോകരി, മരക്കരി ഉപയോഗിച്ചിട്ടുള്ള 'കുമ്മട്ടി'കൾ പെട്ടെന്നാണ് സ്റ്റൗകളിലേക്ക് മാറിയത്, പിന്നീട് ഗ്യാസ്സ്റ്റൗവിലേക്കും മൈക്രോവേവിലേക്കും—അതിനു പാകമായി പാത്രങ്ങളിലും മറ്റു ഗൃഹോപകരണങ്ങളിലും മാറ്റം വന്നു.

ഗാർഹികാധ്വാനം കുറയ്ക്കുക, ഗാർഹികാധ്വാനത്തിന്റെ സമയം കുറയ്ക്കുക എന്ന ആശയത്തിലാണ് ആധുനികത വീട്ടിനുള്ളിൽ പ്രത്യേകിച്ച് അടുക്കളയിലേക്ക് കടന്നു കയറിയത്.

പിന്നീടുള്ള കാലഘട്ടത്തിൽ, കൂടുതൽ ആധുനിക സൗകര്യം, കൂടുതൽ ചെലവ്, കൂടുതൽ സാമ്പത്തികത്തിന്റെ ആവശ്യകത, രണ്ടുപേരും ജോലിക്കുപോയാൽ കൂടുതൽ സൗകര്യം എന്നിങ്ങനെ മാറ്റങ്ങൾ അനുദിനം കാണാൻ തുടങ്ങി. ആധുനികവൽക്കരണം അടുക്കളയിൽ മാത്രമല്ല, ജീവിതരീതിയിലും വന്നിരിക്കുന്നു. വലിയ തറവാടുകൾ ഭൂപരിഷ്കരണത്തിനുശേഷം ചെറിയ അണുകുടുംബങ്ങളായി ഭാഗിക്കപ്പെട്ടിട്ടുണ്ട്. വലിയ ചുറ്റുമതിലുകൾക്കുള്ളിൽ സഹോദരങ്ങളെല്ലാം വേറെ വേറെ വീടുകൾവെക്കുന്ന സമ്പ്രദായമാണ് ഇന്ന് കേരളത്തിൽ വ്യാപകമായി വരുന്നത്. കൂട്ടുകുടുംബങ്ങളുടെ ഗുണങ്ങളിതിനുണ്ട്, ദോഷങ്ങളില്ലതാനും. വ്യക്തിസ്വാതന്ത്ര്യം നിഷേധിക്കപ്പെടുന്നില്ല, സാമ്പത്തിക സ്വാതന്ത്ര്യം, സഞ്ചാരസ്വാതന്ത്ര്യം എന്നിവ യഥേഷ്ടം. കൂട്ടുകുടുംബത്തിലെ സുരക്ഷാസംവിധാനങ്ങളുടെ ഗുണപരതയും ഇതിനുണ്ട്. ആരും 'ഒറ്റയല്ലൊറ്റയല്ലൊറ്റയല്ല' എന്ന തോന്നലുണ്ടാക്കാൻ ഇത് സഹായി

ക്കുന്നു. പക്ഷേ ഇതും മുതലാളിത്തത്തെ സംബന്ധിച്ചിടത്തോളം ഗുണപരമാണ്. കൂട്ടുകുടുംബത്തിലെ അകത്തളത്തിലെ ഒരു ടി വിക്ക് പകരം നാല് ടി വികൾ വിറ്റഴിക്കാം. നാലു ഫ്രിഡ്ജുകൾ, നാലു ഗ്യാസ് സ്റ്റൗകൾ എന്നിങ്ങനെ ഒരു കുടുംബത്തിനാവശ്യമുള്ളതിന്റെയൊക്കെ നാലു മടങ്ങ് വിറ്റഴിക്കാൻ കഴിയുന്നു. ഇവ പാരിസ്ഥിതിക പ്രശ്നവുമുണ്ടാക്കുന്നു. ഒറ്റ ഒരു കിണറിനു പകരം നാല് കിണറുകൾ, നാല് കക്കൂസ് ടാങ്കുകൾ എന്നിങ്ങനെ പാരിസ്ഥിതികമായും പ്രശ്നങ്ങളുണ്ടാക്കുന്നുണ്ട്. ഏതായാലും ഇന്ന് കേരളത്തിലിങ്ങനെയൊക്കെയാണ്.

സാമ്പത്തികമായും വിദ്യാഭ്യാസപരമായും പ്രശ്നങ്ങളില്ലാത്തതു കൊണ്ടാണ് നാമിന്ന് വിശകലനം ചെയ്ത അന്തർജനം സംതൃപ്തിയുള്ള വീട്ടമ്മയായത്—എല്ലാ വീട്ടമ്മമാരും അങ്ങനെയാവണമെന്നില്ല. വീട്ടമ്മയാവുന്നത് എല്ലാവർക്കും സുഖകരമായ കാര്യവുമല്ല. ഒരു വീട്ടമ്മയെ സംബന്ധിച്ചിടത്തോളം ആധുനികത സൃഷ്ടിക്കുന്നത് കൂടുതലായ വിശ്രമവേളകളാണ്. എല്ലാവരും വായനയിലേക്ക് തിരിയുന്നില്ല. ഭൂരിപക്ഷവും പരസ്യങ്ങളുടെയും ഉപഭോഗത്തിന്റെയും മാസ്മര വലയത്തിൽപ്പെട്ട് കടംകയറി വിമ്മിട്ടപ്പെടുന്നവരാണ്.

7

സൂപ്പർ ഹൗസ്‌വൈഫ്

"You don't have to be anti-man to be pro-woman."

(Jane Galvin Lewis)

വിദ്യാഭ്യാസം നേടിത്തന്ന തൊഴിൽ. തൊഴിൽ നേടിത്തന്ന ജീവിത പങ്കാളി. ജീവിതം സുഗമമായി പോവാൻ സാമ്പത്തികം. കുട്ടികളെയും വീടിനെയും നോക്കാൻ മാതാപിതാക്കൾ. ഉദ്യോഗം ഭാരമാവാതെതന്നെ ഞങ്ങളെ വളർത്തിയെടുക്കാൻ ഉമ്മായ്ക്ക് കഴിഞ്ഞിരുന്നു. ഉമ്മ ജോലിക്ക് പോണേന് മുമ്പുതന്നെ ഞങ്ങടെ തലമുടി വരെ പിന്നിക്കെട്ടിയിട്ട് തരും. ആഹാരം തന്ന് ഉടുപ്പിടീപ്പിച്ചിട്ടാ ഉമ്മ ആപ്പീസിലേക്ക് പോവ്വാ. ഉമ്മുമ്മക്ക് (വല്യുമ്മ) ഞങ്ങളെ നോക്കിയിരിക്കയേ വേണ്ട... ശ്രദ്ധിക്കണംന്നുള്ള പണിയേ ബാക്കിണ്ടാവുള്ളൂ.

രണ്ട് ആങ്ങളമാരും ഇഞ്ചിനീയർമാരായി. ഒരാൾ ബോംബെയിലും മറ്റൊരാൾ അമേരിക്കയിലും.

ഉദ്യോഗസ്ഥയായ ഉമ്മാക്ക് എന്റെ പഠനത്തിൽ നല്ല ശ്രദ്ധയായിരുന്നു. ഉപ്പ എന്റെ 10–ാം ക്ലാസ് പരീക്ഷന്റെ സമയത്ത് ഒരു മാസം ലീവെടുത്ത് എന്നെ പഠിപ്പിച്ചിട്ടുണ്ട്. ഞാനും നല്ലവണ്ണം ശ്രമിച്ച് പഠിക്കും. പക്ഷേ എന്താ? പരീക്ഷയ്ക്ക് ഒന്നും എഴുതാൻ കഴിയൂല. എല്ലാം മറന്നുപോകും. അതെന്തേ അങ്ങനെ....

പഠിക്കാത്തതിന്റെ ദുഃഖം ഇപ്പോഴും മാറിയിട്ടില്ലാത്ത 32 കാരി. വീട്ടമ്മമാത്രമാവണമെന്ന് ഒരിക്കലും മോഹിച്ചിട്ടില്ല. പഠിച്ച് ഉദ്യോഗസ്ഥയാവണമെന്നുമാഗ്രഹിച്ചിട്ടില്ല.

പ്രീഡിഗ്രി തോറ്റപ്പോൾ ഉമ്മാന്റെ ചങ്ങാതി കൊണ്ടുവന്ന കല്യാണം. നല്ലവണ്ണം പഠിച്ച ആളുവേണമെന്ന് ഉമ്മാക്കും ഉപ്പാക്കും നിർബന്ധമായിരുന്നു. അതുപോലെത്തന്നെ എം സി എ കഴിഞ്ഞ ബി ടെക് പഠിച്ച മാപ്പിളയെ കിട്ടി. ഗവൺമെന്റുദ്യോഗം.

അവരുടെ വീട്ടില് പഠിക്കാത്ത, ജോലിക്ക് പോകാത്ത പെൺകുട്ടി തന്നെ വേണമെന്നായിരുന്നു. അവിടെ സ്ത്രീകളാരും ജോലിക്ക് പോയിട്ടില്ല. പോകുന്നത് ഇഷ്ടവുമല്ല. പഠിച്ച പെൺകുട്ടിയാണെങ്കിൽ മകനും മരുമകളും കുടുംബത്തിന് നഷ്ടപ്പെടുമെന്ന തോന്നലാണ് കാരണം, മൂത്ത സഹോദരൻ പഠിക്കാത്ത, ജോലിക്കു പോകാത്തവരെ ഭാര്യയായി തെരഞ്ഞെടുത്തു. ബാക്കിയുള്ളവരുമതെ. ജോലിക്കു പോകുന്നത് ഭർത്താവിന്റെ വീട്ടുകാർക്കിഷ്ടമില്ല. പഠിക്കാത്തതുകൊണ്ടുള്ള ഗുണം 'ഇദ്ദേഹ'ത്തെ ഭർത്താവായിക്കിട്ടി എന്നുള്ള ഭാഗ്യമാണ്. എന്നാലും കൂടെ പഠിച്ചവർ ഉദ്യോഗത്തിനു പോകുമ്പോൾ സങ്കടം തോന്നാറുണ്ട്. വിവാഹശേഷം, പഠിക്കാനും പഠിപ്പിക്കാനും തയാറായിരുന്നു. പക്ഷേ സാഹചര്യങ്ങൾ ഒത്തുവന്നില്ല. കൂട്ടുകുടുംബത്തിലാണ് താമസിച്ചിരുന്നത്. അവിടെ ഭർത്താവ് പഠിപ്പിക്കലും ഞാൻ പഠിക്കലുമൊക്കെയാവുമ്പോൾ, ശരിയാവില്ല. മറ്റുള്ളവർക്കത് പ്രയാസമാവും. വേണ്ട എന്നുവെച്ചു. പിന്നെ രണ്ടാം വർഷം മോനെ പ്രസവിക്കാറായി. പിന്നെ ഒന്നുംതന്നെ പഠിക്കാൻ കഴിഞ്ഞിട്ടില്ല. പക്ഷേ ഒരു കാര്യമുണ്ട്. മുഴുവൻ സമയം വീട്ടിൽ നിൽക്കുന്നവരും ജോലിക്കുപോകുന്നവരും തമ്മിൽ നല്ല വ്യത്യാസമുണ്ട്. എന്തായാലും ഉദ്യോഗസ്ഥയാവുമ്പോൾ വീട് വൃത്തിയായിക്കിടക്കില്ല. തോട്ടം നനയ്ക്കാൻ, കുട്ടികളെ നോക്കാൻ, പുതിയ പാചകപരീക്ഷണങ്ങൾ നടത്താൻ ഒന്നും തന്നെ പറ്റില്ല. ഇതാവുമ്പോൾ, ശ്രദ്ധിച്ച് എല്ലാം ചെയ്യാൻ പറ്റും. മറ്റേത് ഒന്നിനും സമയം കിട്ടില്ല. ഉമ്മാന്റെ ജീവിതത്തില് ഞാൻ കണ്ടതാണ്. ചില ദിവസങ്ങളിൽ രാത്രി 9 മണിക്കൊക്കെ, ഉമ്മ തുണി കഴുകലുണ്ട്. വിശ്രമമില്ലാത്ത പണിയാണ്. ഉമ്മയ്ക്കു വർത്താനം മുഴുവൻ ഓഫീസ് കാര്യങ്ങളായിരുന്നു. ഉപ്പാനോടിങ്ങനെ പറഞ്ഞോണ്ടിരിക്കും. എപ്പഴും ടെൻഷനാണ്.

പക്ഷേ, ഉമ്മ സാമ്പത്തികം സ്വന്തം കൈകാര്യം ചെയ്യും. എനിക്കതിന് ഇപ്പളും ധൈര്യംല്ല. എനിക്കാവശ്യമുള്ളത് ഇക്കാനോട് പറയും. ഇക്കാ ഇതുവരെ ഒന്നും വാങ്ങിത്തരാതിരുന്നിട്ടില്ല. ചിലപ്പോൾ 'അടുത്തമാസത്തേക്കായാലോ?' എന്ന് ചോദിക്കും. അതേമാതിരി അദ്ദേഹം വല്ലതും വാങ്ങണമെന്നു പറഞ്ഞാൽ അടുത്തമാസം പോരെ, ഈ മാസം കല്യാണമില്ലെ? ന്നൊക്കെ ഞാനും പറയലുണ്ട്. പക്ഷേ, ഉമ്മ അങ്ങനെയല്ല, ഉപ്പയുമായിരുന്ന് ചർച്ചചെയ്ത് പണം കണ്ടെത്തിച്ചെയ്യാനുള്ള മിടുക്കുണ്ട്. പിന്നെ, പുറത്തുള്ളവരോട് സംസാരിക്കാനൊന്നും ഉമ്മാക്ക് മടിയോ പേടിയോ ഇല്ല. ഞാനിപ്പോൾ അടുത്താണ് പേടി കൂടാതെ എല്ലാ

വരോടും സംസാരിക്കുന്നത്. എന്തെങ്കിലും പറഞ്ഞാൽ പ്രശ്നമാകുമോ എന്ന പേടിയാണെപ്പോഴും.

മോൻ പഠിക്കാൻ കൂട്ടാക്കാതെ, കളിച്ചു നടക്കുമ്പോൾ എപ്പഴും ഞാൻ പറയണതാ; "മോനേ, പുസ്തകമെടുത്ത് പഠിക്ക്. പഠിച്ചില്ലെങ്കിൽ മോൻ ഉമ്മാനെപ്പോലാകുമേ" എന്ന്.

കുട്ടികൾ പഠിക്കുന്നത് കാണുമ്പോൾ ഇടയ്ക്കിടയ്ക്ക് തോന്നാറുണ്ടായിരുന്നു, പഠിക്കാത്തത് കഷ്ടമായിപ്പോയി എന്ന്.

രാവിലെ 5 മണിക്കെണീറ്റ് നിസ്കരിച്ച്, 9 മണിക്കുള്ളിൽ ആ ദിവസത്തെ പാചകം മുഴുവൻ തീർക്കും. പിന്നെ അടുക്കളയിലേക്കില്ല. പച്ചക്കറിയും മീനും ഇറച്ചിയുമൊക്കെ വേണ്ടിവരും. രണ്ടുകുട്ടികളും ഞങ്ങൾ രണ്ടുപേരും മാത്രമേയുള്ളൂ എങ്കിലും, ഭക്ഷണത്തിന് ഒരു കുറവുമുണ്ടാകില്ല. എനിക്ക് ഭക്ഷണമുണ്ടാക്കാൻ താൽപ്പര്യമാണ്. മാസികകളൊക്കെ നോക്കി ഞാൻ പുതിയ കറികളൊക്കെ ഉണ്ടാക്കും. അതുപോലെ വീടൊക്കെ അറേഞ്ച് ചെയ്യും. ആഴ്ചയിലൊരിക്കൽ ജനലും കതകുമൊക്കെ സോപ്പിട്ട് തുടയ്ക്കും. 9 മണിക്ക് മോനെയും അച്ഛനെയും പറഞ്ഞയച്ച് കഴിഞ്ഞാൽ പിന്നെ ചെറിയവനുമായി മല്ലിടലാണ്. ഒന്നര വയസിന് ഏറെ കുസൃതിയുണ്ട്. അവനെ കുളിപ്പിച്ച് ഉറക്കുമ്പോഴേക്കും പതിനൊന്നര മണിയാവും. പിന്നെ പാത്രംകഴുകി, തുണി അലക്കി (സഹായി ഒന്നരവിട്ടേ വരാറുള്ളൂ) കുളിച്ച് കഴിയുമ്പോൾ ഒരു മണി കഴിയും. അപ്പോഴേക്കും അവനുണരും. അവനെ കുളിപ്പിച്ച് ആഹാരം കൊടുത്തുകൊണ്ട് ഇസ്തിരിയിട്ടോണ്ട് മൂന്നു മുതൽ നാലരവരെ സീരിയൽ കാണും. അപ്പോഴേക്ക് മോൻ സ്കൂളിൽ നിന്നും എത്തും. പിന്നെ ചായ, പലഹാരം..... 5 മുതൽ 6 മണിക്ക് പള്ളിയിൽ വാങ്ക് വിളിക്കുന്നതുവരെ തോട്ടത്തിൽ ചെലവഴിക്കും. നല്ല പൂന്തോട്ടമുണ്ട്. അവിടന്നും ഇവിടന്നും ഒക്കെ ചോദിച്ചുവാങ്ങിയും, പൈസ കൊടുത്തുവാങ്ങിയും എല്ലാ തരത്തിലുള്ള ചെടികളും തോട്ടത്തിലുണ്ട് (പുഴുവിനെ മാത്രം സഹിച്ചു കൂടാ). വാങ്ക് കേട്ടാൽ നിസ്കരിച്ച് 7.30നുള്ള സീരിയല് കാണാനിരിക്കും. ആഹാരം കഴിക്കാൻ 9–9.30 മണിയാവും. പിന്നെ പാത്രം തേച്ച് അടുക്കള വൃത്തിയാക്കി ഉറങ്ങുമ്പോഴേക്കും 11 മണിയാവും. സീരിയലുള്ളതുകൊണ്ട് സമയം കൃത്യമായി പോകുന്നു. പരസ്യങ്ങൾ ഇഷ്ടമാണ്. അതുനോക്കി സാധനങ്ങൾ വാങ്ങാറില്ല. വലിയ ശാഠ്യങ്ങളില്ലാത്ത, പ്രത്യേകിച്ച് ഭക്ഷണത്തിന്റെ കാര്യത്തിൽ, ഭർത്താവായതിനാൽ നിർബന്ധങ്ങളോ, ടെൻഷനോ ഇല്ലാതെ ഇങ്ങനെ പോകുന്നു.

പക്ഷേ പഠിക്കാത്തത്, വേദനയായി തുടരുന്നു, ജോലിക്കു പോകാത്തതിൽ വിഷമമില്ല.

അമ്മ ജോലിക്കുപോയിട്ടും, അത്തരം മൂല്യങ്ങൾ ഉൾക്കൊള്ളാത്തത് മുത്തശ്ശി വളർത്തിയതുകൊണ്ടാവാം. അവരുടെ കാലഘട്ടം വേറെയാണല്ലോ? ചെറുപ്പത്തിൽ കൊടുത്തിരുന്ന മൂല്യങ്ങൾ ജോലിക്കു പോകുന്ന

ഉദ്യോഗസ്ഥയായ അമ്മയെ കണ്ടല്ല, മറിച്ച് മക്കളെ നോക്കുന്ന മുത്തശ്ശിയുമായി കഴിഞ്ഞതിനാൽ, ഉപബോധമണ്ഡലത്തിലുണ്ടാവുന്ന ആശയങ്ങൾ നല്ല വീട്ടമ്മയാവാനാണ്. ഓർമ നിൽക്കാത്ത പഠനത്തിനു പിന്നിലും, ചെറുപ്പത്തിലെ സാമൂഹ്യവൽക്കരണത്തിൽ കിട്ടുന്ന മൂല്യങ്ങളാണ്. ഇവരുടെ അമ്മൂമ്മ പറഞ്ഞിരിക്കുമോ എന്നറിയില്ല. പക്ഷേ സാധാരണ മുത്തശ്ശിമാർ ഇടക്കെങ്കിലും പിറുപിറുക്കും. "നിന്റെ അമ്മയ്ക്ക് ഒന്നിനും സമയമില്ല. ഉദ്യോഗസ്ഥയല്ലെ? നേരെ ചൊവ്വെ ആഹാരവും കഴിക്കില്ല, എണ്ണ തേച്ചു കുളിയില്ല, അലമാര വൃത്തിയായി സൂക്ഷിക്കില്ല, കുട്ടികളെ നോക്കാൻ സമയമില്ല, മുടിവൃത്തിയാക്കില്ല എന്നിങ്ങനെ പരാതികളുടെ നീണ്ടനിര. മുത്തശ്ശിയോട് സ്നേഹമുള്ള, എല്ലാം ചെയ്തുതരുന്ന മുത്തശ്ശിയുടെ മൂല്യങ്ങൾ കുട്ടി ഒന്നിച്ചങ്ങ് ബോധമണ്ഡലത്തിൽ കയറ്റും. "നീ സുന്ദരിയാണ്, നിന്നെ കൊത്തിക്കൊണ്ടുപോവും." നിന്റെ ഭർത്താവിന് വേണ്ടതല്ലാതെ അദ്ദേഹത്തിന് അഹിതമായൊന്നും പ്രവർത്തിക്കല്ലേ? രാവിലെ അച്ഛനും അമ്മയും ചെറിയ വാക്കുതർക്കമുണ്ടായാൽ മുത്തശ്ശി പറഞ്ഞുകൊടുക്കുന്ന വാക്കുകൾ പലപ്പോഴും കേട്ടിട്ടുണ്ട്. "അവൾക്ക് നാല് കാശ് സമ്പാദിക്കുന്നുണ്ടെന്നുള്ള അഹങ്കാരമാണ്. വെറുതെയല്ല, പഠിച്ച് ജോലിക്ക് പോവാൻ എന്നെയൊന്നും എന്റെ അമ്മ സമ്മതിക്കാത്തത്. എന്റെ മോള് നല്ല കുട്ടിയായി വീട് നോക്കണെ, അമ്മയേപ്പോലെ ആവരുതെ" – എന്നൊക്കെ, മരുമകളോടും, മകളോടും അപ്പപ്പോൾ തോന്നുന്ന ഭാവഭേദങ്ങൾ പ്രകടിപ്പിക്കുന്ന മുത്തശ്ശിയുടെ വാക്കുകൾ പൂർണമായി കുട്ടി ഉൾക്കൊള്ളുകയാണെന്ന് പലപ്പോഴും പാവം മുത്തശ്ശി പോലുമറിയുന്നുണ്ടാവില്ല.

ജോലിക്ക് പോയി സമ്പാദിക്കുകയും, അതേസമയം വീട് സുന്ദരമായി നോക്കുകയും ചെയ്യുന്ന 'സൂപ്പർ വുമൻ' ആണ് ഇന്നാവശ്യം. അങ്ങനെ ആകാനുള്ള ട്രെയിനിംഗാണ് പലപ്പോഴും വനിതാ മാസികകൾ നൽകുന്നത്. അവരെ സംബന്ധിച്ചിടത്തോളം 'അവളുടെ സ്ഥാനം' കുടുംബം തന്നെയാണ്. കച്ചവടവും മുതലാളിത്തവും അവളിലൂടെ, അവൾ എന്ന കസ്റ്റമറിലൂടെ നേടിയെടുക്കാനുള്ള ശ്രമം നടത്തുന്നതിൽ വിജയിക്കുന്നുമുണ്ട്.

പക്ഷേ ഇവർ സാധനങ്ങൾ വാങ്ങിക്കുന്നത് പരസ്യം നോക്കിയല്ല. സാമ്പത്തികമായ ചില അച്ചടക്കമുള്ളവരുമുണ്ട്. കാണുന്നതൊക്കെ വലിച്ചുവാരി വാങ്ങി സാമ്പത്തികബാധ്യത ഭർത്താവിനുണ്ടാക്കിവെക്കുന്നവരുമുണ്ട്. വിദ്യാഭ്യാസം എന്താണെന്നതിനിവിടെയാണ് പ്രസക്തി. കടലാസിൽ കിട്ടുന്ന സർട്ടിഫിക്കറ്റുകളാണോ, അതോ, അവനവന്റെ ജീവിതാനുഭവങ്ങളിലൂടെ കിട്ടുന്ന അനുഭവ സമ്പത്തോ? അതും ഒരു വിദ്യാഭ്യാസമല്ലെ? ഒരുപക്ഷേ ബി എസ് സി 'ബോട്ടണി പഠിച്ച ഒരു പെൺകുട്ടി'യേക്കാൾ നന്നായി, ഇവർക്ക് ചെടികളെക്കുറിച്ച്, അവയുടെ വളർച്ച, പ്രായം, പരിപാലനരീതി, മാറ്റങ്ങൾ, മണ്ണിന്റെ രീതി, വളപ്രയോഗം എന്നി

വയെക്കുറിച്ചറിയാമായിരിക്കും. പോഷണ മൂല്യമുള്ള ഭക്ഷണത്തെക്കുറിച്ചറിയാം. സാമ്പത്തിക പ്രശ്നങ്ങളുണ്ടാവുമ്പോൾ, അതിന് അഡ്ജസ്റ്റ് ചെയ്ത് പരസ്പരം മനസിലാക്കി ജീവിക്കാനറിയാം. ഇതൊന്നും ഔപചാരിക വിദ്യാഭ്യാസത്തിൽ നേടാനാവില്ല. അതിനർഥം വിദ്യാഭ്യാസത്തിന് വിലയില്ലെന്നല്ല. വിദ്യാഭ്യാസത്തിന് പുറത്തുള്ള അറിവിനെയും, ഉൽപാദനപരമായി, പുനരുൽപ്പാദിപ്പിക്കാനുള്ള വിവരമായി കണക്കാക്കുമ്പോൾ വീട്ടമ്മയുടെ പണിക്കും, വിശ്രമമില്ലായ്മയ്ക്കും അർഥമുണ്ടാകും.

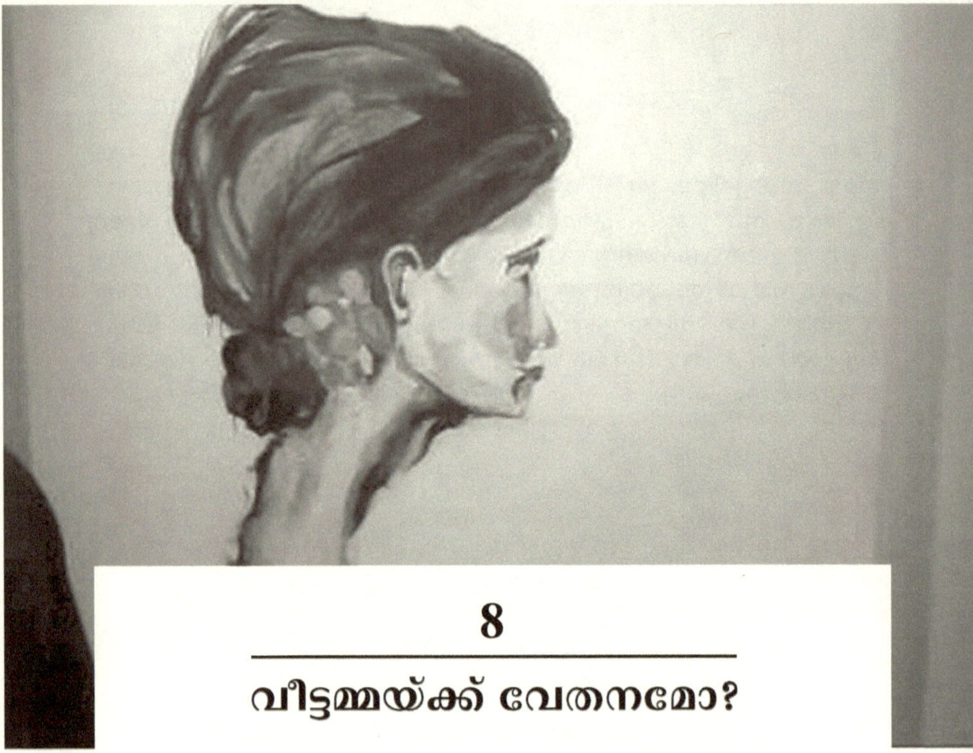

8

വീട്ടമ്മയ്ക്ക് വേതനമോ?

"What I know in life runs the gamut of the "feminist experience." The true meaning of feminism is this: to use your strong womanly image to gain strong results in society."

(Pamela Anderson)

വീട്ടമ്മയ്ക്ക് വേതനം എന്നത് ഈയിടെയായി കേരളത്തിൽ ഉയർന്നുവന്ന മുദ്രാവാക്യമാണ്. ഇതൊരു നൂതനമായ ആശയമല്ല. നൂറ്റാണ്ടുകളുടെ പഴക്കമുള്ള മുദ്രാവാക്യമാണിത്. വീട്ടുജോലി എന്നതിനെ വെറും സാമ്പത്തിക രീതിയിൽ മാത്രം കാണുകയും, സാമൂഹ്യവും രാഷ്ട്രീയവുമായ അതിന്റെ തലങ്ങളെ കാണാതിരിക്കുകയും ചെയ്യുന്ന രീതി ഇന്നും തുടരുന്നു എന്ന തിരിച്ചറിവുണ്ടാക്കാൻ മാത്രമെ ഇത് സഹായിക്കുന്നുള്ളൂ. തീർച്ചയായും ചർച്ച ചെയ്യപ്പെടേണ്ട ഒരു വിഷയമാണ് എന്നതിൽ സംശയമില്ല. ഇതിനുമുമ്പ് ഈ വിഷയത്തിൽ നടന്ന ചർച്ചകളുടെ ഒരു അവലോകനമാണീ ലക്കത്തിൽ.

'വീട്ടമ്മയ്ക്ക് വേതന'മെന്നത് ഒരു പുതിയ സങ്കൽപ്പമല്ല. 1920 കളിൽ ത്തന്നെ ഇതിനെച്ചൊല്ലിയുള്ള വാദപ്രതിവാദങ്ങൾ നടന്നിരുന്നു. ആസ്ത്രേലിയയിൽ ഒരു ദശാബ്ദക്കാലത്തോളം യാഥാസ്ഥിതികരും ഉൽപ്പതിഷ്ണുക്കളും തമ്മിൽ ചർച്ചകൾ അരങ്ങേറിയിരുന്നു. പടിഞ്ഞാറെ ആസ്ത്രേലിയൻ പാർലമെന്റിൽ 1920–ൽ ബില്ലായി ഈ വിഷയം അവതരിപ്പിക്കുകയും 1921–ൽ ചർച്ച ചെയ്യപ്പെടുകയും ചെയ്തതാണ്. ഒരു ദശാബ്ദം നിലനിന്ന ചർച്ചകൾ അന്നത്തെ മാധ്യമങ്ങൾ (പത്രമാധ്യമങ്ങൾ)

എങ്ങനെ 'ആഘോഷിച്ചു' എന്നതിലുപരി ഈ ചർച്ച നീണ്ടുപോകാൻ എങ്ങനെ സഹായിച്ചു എന്നതായിരിക്കും, ഒരുപക്ഷേ കൂടുതൽ ശ്രദ്ധയാകർഷിക്കുന്നത്. അറിയപ്പെടുന്ന ആളുകളുടെ അഭിപ്രായരൂപീകരണമാണ് അവർ ആദ്യം നടത്തിയത്. വീട്ടുജോലിക്ക് വേതനം വേണമെന്നും വേണ്ടയെന്നുമുള്ളതിന് കൃത്യമായ ന്യായീകരണങ്ങൾ മുന്നോട്ടുവെച്ചുകൊണ്ടാണ് ചർച്ച നടന്നിരുന്നത്.

ആൻ ഓക്‌ലി (Ann Oakely), 'ജെൻഡർ' എന്ന പദം ആദ്യമായി പരിചയപ്പെടുത്തിയവർ എന്ന ബഹുമതിയുള്ളവരാണ്. അവർ വീട്ടുജോലിയെ വളരെയധികം വൈദഗ്ധ്യമുള്ള തൊഴിലായി കണ്ടിരുന്നു. വീട്ടുജോലി എന്നത് ഒരു ഒറ്റപ്പെട്ട പണിയല്ല എന്നും കുറേയധികം വ്യത്യസ്തസ്വഭാവവും ദൈർഘ്യവുമുള്ള പണികൾ കൂടിച്ചേർന്നതാണെന്നും, അസാമാന്യ വൈദഗ്ധ്യമുണ്ടെങ്കിൽ മാത്രമെ ഇവയെല്ലാം ഒരുമിച്ച് കൊണ്ടുപോകാൻ കഴിയൂ എന്നും അവർ വാദിച്ചു. മാത്രമല്ല, വൈദഗ്ധ്യമുള്ള തൊഴിലായതിനാൽ അതിന്റെ മാർക്കറ്റ് വില നിശ്ചയിക്കേണ്ടതാണെന്നവർ ആവശ്യപ്പെട്ടു.

അന്ന്, വീട്ടുജോലിയുടെ മൂല്യം നിശ്ചയിച്ചിരുന്നത്, അലക്കുകാരി, പാചകക്കാരി, വീട്ടുജോലിക്കാരി എന്നിവരുടെ വേതനങ്ങൾ കണക്കാക്കിയായിരുന്നു.

455 ഡോളർ ഒരു വർഷത്തിൽ വീട്ടുജോലിക്കായി അർഹതപ്പെട്ടതാണെന്നായിരുന്നു നിഗമനം (Everyday's Journal - 6th 15 Oct 1924). *ആസ്ട്രേലിയൻ വിമൻസ് മിററി*ന്റെ (Mirror) ലേഖിക പറഞ്ഞതിങ്ങനെയാണ്.

"ഇന്ന് (1924) അലക്കുകാരി 12 ഷില്ലിങ് ഒരു ദിവസം സമ്പാദിക്കുന്നു. വീട്ടുജോലിക്കാരി ആഴ്ചയിൽ 30 ഷില്ലിങ് സമ്പാദിക്കുന്നു. പാചകക്കാരി ആഴ്ചയിൽ 2 ഡോളർ..... എന്നിങ്ങനെ. പക്ഷെ വീട്ടമ്മ എന്ന മാലാഖ ഇതെല്ലാം വെറുതെ ചെയ്തുകൊടുക്കുന്നു."

അമേരിക്കൻ വ്യവസായം അപഗ്രഥിക്കുന്ന (American Industrial Analyst) മോഡ് തോംസൺ (Moad Thomson) പറഞ്ഞത്. "വീട്ടമ്മയ്ക്ക് വേതനം നിഷേധിക്കുക എന്നത്, വീട് എന്ന തടവറയ്ക്കുള്ളിൽ ഭാര്യ എന്ന തടവുപുള്ളിയെ പൂട്ടിയിട്ടിരിക്കുന്നു" എന്നാണ്. *സിഡ്നി മോർണിംഗ് ഹെറാൾഡ്* (Sydeney Morning Herald) പത്രികയുടെ ഒരു ലേഖകൻ പറഞ്ഞത്. "വേതനം കൊടുക്കാതെ, ഭാര്യയുടെ അധ്വാനത്തെ പിഴിയുന്ന ഭർത്താവ്, ഒരു പരാദമാണ് (parasite)" എന്നായിരുന്നു.

വീട്ടമ്മ 'തൊഴിലാളി'യായി ചിത്രീകരിക്കപ്പെട്ടു. അത് അംഗീകരിച്ചും നിരാകരിച്ചും നിരവധി അഭിപ്രായങ്ങൾ ആസ്ട്രേലിയൻ പത്രങ്ങളും വാരികകളും പ്രസിദ്ധീകരിച്ചിരുന്നു.

"ചെയ്യുന്ന തൊഴിലിന്റെ ഇടം കണക്കാക്കിയല്ല, അത് തൊഴിലാണോ, അല്ലയോ എന്ന് തീരുമാനിക്കുന്നത്. വീട്ടിനകത്തായതുകൊണ്ട്

അത് അധ്വാനമല്ലാതെ ആകുന്നില്ല. വീട്ടിൽ ഉൽപ്പാദിപ്പിക്കുന്നതുകൊണ്ടു തന്നെ അവൾ ഉൽപ്പാദകയാണ്."

ലീഡർ (Leader) എന്ന പത്രത്തിന്റെ എഡിറ്റർ സി ഡബ്ല്യു ടാബർ (C W Taber) അഭിപ്രായപ്പെട്ടത് മറ്റൊന്നാണ്. "വീട്ടമ്മയുടെ അധ്വാനം, ഭർത്താവിന്റെ വീട്ടിനു പുറത്തുള്ള അധ്വാനത്തിനും സമ്പാദ്യത്തിനും പകിട്ട് നൽകുന്നു. ഭർത്താവിന് സമ്പാദ്യവും ജീവിതവും ആസ്വദിക്കാൻ കഴിയുന്നത് വീട്ടമ്മ കാരണമാണ്. അതിനാൽ വിവാഹം എന്നത് വ്യാപാര കൂട്ടുടമസ്ഥതയാണ്" എന്നും അദ്ദേഹം കൂട്ടിച്ചേർത്തു.

നോർമാന്റൻ (Normanton) എന്ന ലേഖിക ഒരുപടി മുന്നോട്ട് കടന്ന്, "ഭർത്താവിന് ബിസിനസിലും ഓഫീസിലും മുഴുവൻ ശ്രദ്ധയും കേന്ദ്രീകരിച്ച്, മുഴുമനസോടെ, പ്രവർത്തിക്കാൻ കഴിയുന്നതിലൂടെ അദ്ദേഹത്തിന്റെ ആത്മാർഥത തെളിയിക്കാൻ കഴിയുന്നു. അതിനുകാരണം നിശബ്ദസേവനമായി 'വീട്ടു മാനേജ്മെന്റ്' മുഴുവനായും ഭാര്യ ഏറ്റെടുക്കുന്നതുകൊണ്ടാണ്. അതുകൊണ്ടുതന്നെ വീട്ടമ്മയായ ഭാര്യ ഒരു സാമ്പത്തിക സഹായി കൂടിയാണ്. അവൾ വേതനം അർഹിക്കുന്നു."

മറ്റൊരു തലത്തിലും ചർച്ചകൾ നടന്നിരുന്നു. നീനാ മർഡോക് (Neena Murdoch) *സൺ* (Sun) എന്ന പത്രത്തിലെഴുതിയതിങ്ങനെയാണ്. "ഒരു പോസ്റ്റേജ് സ്റ്റാമ്പിനും, ബസ് ചാർജിനും, പുതിയ സ്റ്റോക്കിങ്സ് വാങ്ങാനുമൊക്കെ, ഭാര്യ ഭർത്താവിന്റെ മുമ്പിൽ കൈനീട്ടുന്നത് അവളെ അപമാനിക്കുന്നതുപോലെയാണ്."

"പോക്കറ്റ് മണിക്കായി വീട്ടമ്മ പിച്ച ഇരക്കുന്നു" എന്ന രീതിയിലുള്ള കാർട്ടൂൺ ചിത്രമാണ് *ലീഡറിൽ* അച്ചടിച്ചു വന്നത്.

"നിന്നെ ഞാൻ വെച്ച് പുലർത്തുന്നു എന്ന് ഇടയ്ക്കിടക്ക് പറയേണ്ടി വരുന്നില്ല എന്നും വേതനം ലഭിക്കുന്ന വീട്ടമ്മ മെച്ചപ്പെട്ട സാമ്പത്തിക സാമൂഹ്യസ്ഥിതിലാണ്" എന്നും മോഡ് തോംസൺ അഭിപ്രായപ്പെട്ടു.

വീട്ടമ്മയുടെ വേതനം, വിവാഹ ജീവിതത്തിൽ തുല്യത കൈവരിക്കുമെന്ന് ഗ്ലോറിയ സിംസ് (Gloria Sims) *എവെരിഡേ* (Every day) എന്ന വാരികയിൽ എഴുതിയതു കൂടാതെ "വീട്ടമ്മയുടെ വേതനം, ഭാര്യയ്ക്കും ഭർത്താവിനുമിടയിൽ 'ഫിഫ്റ്റി–ഫിഫ്റ്റി' പാർട്ണർഷിപ്പ് സാധ്യമാക്കുമെന്നും" അവർ കൂട്ടിച്ചേർത്തിരിക്കുന്നു.

ലേബർകാൾ (Labour call) എന്ന മാസികയുടെ മാബൽ ബ്രൗൺ (Mabel brown) പറഞ്ഞത്, "വീട്ടമ്മയ്ക്ക് വേതനം എന്നത് ജനാധിപത്യപരമായി സ്ത്രീകൾക്ക് തെരഞ്ഞെടുക്കാനുള്ള സ്വാതന്ത്ര്യം സൃഷ്ടിക്കുന്നു എന്നതാണ്. അതായത്, വേതനം ലഭിച്ചില്ലെങ്കിൽ, അവർ പുറത്ത് പണിക്കു പോവാനുള്ള തീരുമാനമെടുക്കും. അകത്തോ, പുറത്തോ എന്ന തെരഞ്ഞെടുപ്പിനുള്ള സാധ്യത സൃഷ്ടിക്കുന്നു" എന്നായിരുന്നു.

മറ്റൊരു കൂട്ടർ പറഞ്ഞുപരത്തിയത് "കൂടുതൽ വിദഗ്ധരായ വീട്ടമ്മമാരെ സൃഷ്ടിക്കുക എന്നതാണ് വീട്ടമ്മയ്ക്ക് വേതനം എന്ന മുദ്രാ

വാകൃത്തിലൂടെ ഉണ്ടാവുക" എന്നു മാത്രമല്ല "ഭർത്താക്കന്മാർ കൂടുതൽ സുഖവും സൗകര്യവും പ്രതീക്ഷിക്കും" എന്ന ഭീഷണിയും മുഴക്കി. സ്ഥിരമായി സന്തുഷ്ടയും വിനീതയും അനുസരണയുള്ളവളും സംതൃപ്തിയുള്ളവളുമായ ഭാര്യയെ നൽകാൻ വേതനം സഹായിക്കുമെന്നും അത് ഭർത്താവിന് വീട്ടിൽ നല്ല അന്തരീക്ഷം സൃഷ്ടിക്കാൻ സഹായിക്കുമെന്നും മറ്റൊരു കൂട്ടർ ആശ നൽകി.

നീനാ മർഡോക് എഴുതി സ്ഥിരമായി ദു:ഖം സ്ഫുരിക്കുന്ന മുഖവുമായി നടക്കുന്ന ഭാര്യ സന്തോഷവതിയായി, പാട്ടുംപാടി വീട്ടുജോലി ചെയ്യുന്നത്, ഭർത്താക്കന്മാർക്ക് ഹരമാണെന്നും, മുടങ്ങാതെ വേതനം നൽകാൻ അവരെ ഇത് പ്രോത്സാഹിപ്പിക്കുമെന്നും കൂട്ടിച്ചേർത്തു.

നാൻസ് (Nance) – "ഇടയ്ക്കിടെ ഭർത്താവിന്റെ പക്കൽ നിന്നു കിട്ടുന്ന ചെക്ക് അവളെ തീർച്ചയായും സന്തോഷവതിയാക്കും."

അതേസമയംതന്നെ, സ്ത്രീകൾ കൂടുതൽ സ്വാർഥികളും മടിച്ചികളുമാകുമെന്നും, അനുസരണയില്ലാത്ത ഭാര്യമാരും, അമ്മമാരുമായി അഹങ്കാരത്തോടെ കുടുംബാംഗങ്ങളോട് പെരുമാറുമെന്നും ചർച്ച ഉയർന്നു. ഇത് പ്രതിഫലിപ്പിക്കുന്ന രീതിയിൽ *ബുള്ളറ്റിൻ* എന്ന പത്രത്തിൽ കാർട്ടൂണും കവിതയും പ്രത്യക്ഷപ്പെട്ടു. കാർട്ടൂൺ ഇങ്ങനെയായിരുന്നു. "പകുതിവെന്ത സോസേജുമായി കുപിതനായ ഭർത്താവ്, ഊൺമേശയിലിരുന്ന് ഭാര്യയെ നോക്കുന്നു. അലസയായി, കട്ടിലിൽ കിടന്നു വായിക്കുന്ന ഭാര്യ മറുപടി പറയുന്നു. സോറി. എന്റെ ഡ്യൂട്ടി ടൈം പത്തുമണിക്കൂർ കഴിഞ്ഞിരിക്കുന്നു. ബാക്കി എനിക്ക് ചെയ്യാൻ കഴിയില്ല" എന്ന്.

കവിത

പിതാവ്:–
ഏയ്! മറിയ! വേഗം വാ!
ചെറിയ മോനിവിടെ
തീയിൽ വീണു
ശിരസ്സ് പൊള്ളിയിരിക്കുന്നു.
മാതാവ്:–
ഞാനുത്തരവാദിയല്ല, അയ്യോ!
എന്റെ സമയം കഴിഞ്ഞു.
കൂടാതെ, ഞാൻ തിരക്കിട്ട്
പുസ്തകത്തിൽ മുഴുകിയിരിക്കുന്നു.
പിതാവ്:–
ഈ ഇറച്ചി വെന്തിട്ടില്ല
എനിക്ക് കുറച്ച് സ്റ്റ്യൂ കിട്ടിയാൽ....
എന്റെ പല്ലുകൾക്ക് ഈ വേവാത്ത ഇറച്ചി
കഠിനമായിരിക്കുന്നു.

മാതാവ്:–
ഞങ്ങളുടെ ബോർഡിന്റെ തീരുമാനം
ഒരു പ്ലേറ്റ് ഇറച്ചിക്ക് ഒൻപത് പെൻസാണ്
സ്റ്റ്യൂവിന് ഒരു ഷില്ലിങാണ്.
നിങ്ങളത് ചെലവാക്കാൻ തയാറായാലും രക്ഷയില്ല,
ഞാനിന്ന് 'അവധി'യിലാണ്.

ഈ രീതിയിൽ വീട്ടമ്മയെ തൊഴിലാളിയായി ചിത്രീകരിച്ച് പരിഹസിക്കുകയുണ്ടായിട്ടുണ്ട്. ചില ഭർത്താക്കന്മാർ 'എന്റെ ഭാര്യക്ക് ഞാനൊരു കുറവും വരുത്തിയിട്ടില്ല. അതുകൊണ്ട് വേതനം കൊടുക്കേണ്ട ആവശ്യം വരുന്നില്ല' എന്നും കയർത്തു പറഞ്ഞതായി ഒരു മാസിക പറയുന്നു.

പ്രസിദ്ധ ചരിത്രകാരിയായ ഗിർഡാ ലെർനർ – (Girda Lerner) "ഒരു സ്ത്രീയുടെ സ്വത്വം നിലനിർത്തിയിരുന്നത് വേതനം നിഷേധിച്ചു കൊണ്ടാണ്." എന്ന്, വേതനം നിഷേധിക്കുന്നതിനെ സാമ്പത്തികമായി ഉയർന്നവരും താഴ്ന്നവരും തമ്മിലുള്ള അന്തരത്തെ വലുതാക്കുന്നതായും ചർച്ചകൾ ഉയർന്നു. സാമ്പത്തികമായി ഭേദപ്പെട്ട കുടുംബങ്ങളിലെ സ്ത്രീകൾ വേതനത്തെ വെറും വാണിജ്യപരമായി അവഹേളിച്ചിരുന്നു.

സോഷ്യോളജിസ്റ്റുകളായ സിൽവിയാ ഫെഡറി, ബെലിൻഡ് പ്രോപ്പർട്സ് എന്നിവർ വേതനത്തെ 'വൈകാരികതയുടെ കൂലി'യായി വിശേഷിപ്പിച്ചു. വയസായ ഒരു മുത്തശ്ശി *വീക്കിലി ടൈംസ്* എന്ന വാരികയിൽ 'എന്റെ ഭർത്താവിന്റെയും കുട്ടികളുടെയും അഭൗമമായ സ്നേഹം തന്നെ ധാരാളമാണ്, എന്റെ വീട്ടുജോലിക്കുള്ള കൂലിയായിട്ട് മറ്റൊന്നും' എന്നു പറഞ്ഞതു കൂടാതെ, ജോൺ റസ്കിനെ ഉദ്ധരിക്കാനും മറന്നില്ല. "ഒരു പുരുഷന്റെ കുടുംബത്തിൽ അവൾ അടിമയാവാം, പക്ഷേ, അയാളുടെ ഹൃദയത്തിൽ, അവൾ റാണിയാണ്." ഞങ്ങൾ സ്ത്രീകൾ കാംക്ഷിക്കുന്നത് അയാളുടെ മനസിനെ അലങ്കരിക്കാനാണ് എന്നും ഇവർ വെല്ലുവിളിച്ചു. അതുപോലെ 'അഭിമാന'ത്തിന്റെ ഭാഗമായി പല സ്ത്രീകളും വേതനത്തിനെതിരെ എഴുതി.

മറ്റൊരു വാദം, വൈദഗ്ധ്യത്തെക്കുറിച്ചായിരുന്നു. ആൻ ഓക്‌ലിയുടെ വാദത്തെ മുറുകെപിടിച്ചു മറ്റുചിലർ. "വീട്ടമ്മയുടെ ജോലി വൈദഗ്ധ്യമുള്ളതല്ല. അതുകൊണ്ട് വേതനത്തിന്റെ ആവശ്യമില്ല'' എന്നായി. 'വ്യത്യസ്ത തലങ്ങളിലായി ചെയ്യുന്ന വീട്ടുപണിയിൽ വൈദഗ്ധ്യമാവശ്യമില്ലാത്തതിനാൽ മൂല്യക്കുറവ് വരുന്നുണ്ടെന്നും, പകരം പുരുഷൻ ചെയ്യുന്ന ജോലി, ഒരേ തലത്തിലായതിനാൽ വൈദഗ്ധ്യമുള്ളതും മൂല്യമുള്ളതുമാവുന്നു' എന്ന് അതിനെ വിശദീകരിച്ചുകൊണ്ട് കാർട്ടൂൺ പ്രത്യക്ഷപ്പെട്ടത്, *സ്മിത്ത്സ്* വീക്കിലിയിലായിരുന്നു. കണക്കെഴുതുന്ന ഒരു പുരുഷന്റെ പുസ്തകം നോക്കി അതിശയിക്കുകയും, അഭിമാനപുളകിതയുമാവുന്ന ഭാര്യ താൻ ചെയ്യുന്ന പാചകം, സ്വെറ്റർ തുന്നൽ, എന്നിവയും, വായനയും ചിന്തയുമൊക്കെ ഒന്നിച്ചുകൊണ്ടുപോകുന്നതിനെ കുറി

ച്ചൊട്ടും ബോധവതിയാവാതിരിക്കുകയും ചെയ്യുന്ന ഒരു കാർട്ടൂൺ.

ചില്ല ബുൾബെക് (Chilla Bulbhek) എന്ന ചരിത്രകാരി ഇത്തരത്തിൽ 'ഏകദിശയിലുള്ള പണിയെ വൈദഗ്ധ്യമെന്നും നാനാദിശയിൽ കേന്ദ്രീകരിച്ചിട്ടുള്ള പണിയെ വൈദഗ്ധ്യമില്ലായ്മ എന്നും വിശേഷിപ്പിക്കുന്നതിനെ 'വൈദഗ്ധ്യത്തിന്റെ പുരുഷ നിർവചനം' എന്നു വിളിച്ചാക്ഷേപിച്ചു.

സ്ത്രീകളുടെ അധമപദവിയെ അംഗീകരിക്കുന്നതാണ് വേതനം എന്ന വാദവുമുണ്ടായി. *ഹെറാൾഡ്* (Herald) എന്ന പത്രത്തിൽ "ഞാൻ എന്റെ ഭാര്യയെ പങ്കാളിയായിട്ടാണ് കാണുന്നത്, തൊഴിലാളിയായിട്ടല്ല" എന്ന് ഒരു പുരുഷൻ വിമർശിച്ചു. മേൽപ്പറഞ്ഞ പ്രസ്താവനയെ ജെ കെ വാലസ് (J K Wallace) അംഗീകരിച്ചു. ജെ കെ വാലസ് എന്ന സ്ത്രീ ലേബർപാർട്ടിയുടെ വിമൻ ഓർഗനൈസിങ് കമ്മിറ്റി പ്രസിഡന്റാണ്. അവർ കൂട്ടിച്ചേർത്തത്. "തുല്യതയ്ക്കു വേണ്ടി നാം ശഠിക്കുന്ന സമയത്ത് ഭാര്യ കൂലി വാങ്ങുന്നവളും ഭർത്താവ് കൂലി കൊടുക്കുന്നവനുമായാൽ തുല്യത കാതങ്ങളകലെയാണ്. കൂലി കൊടുക്കുന്നവൻ അധികാരിയും വാങ്ങുന്നവൾ അനുസരിക്കുന്നവളുമാകുമെന്നതിൽ സംശയമില്ല. ഇവിടെ, എവിടെ തുല്യത?" എന്നായി.

*വീക്ലി ടൈംസി*ന്റെ സ്ത്രീകളുടെ കോളം കൈകാര്യം ചെയ്യുന്ന മാർജോറി പ്രിയർ (Marjorie Prier) വീട്ടമ്മയെ വീട്ടുജോലിക്കാരിയുടെ നിലയിലേക്ക് താഴ്ത്തുന്നതാണ്, വീട്ടമ്മയ്ക്ക് വേതനം എന്നതിലൂടെ സാധ്യമാകുന്നത് എന്നും, വിവാഹം എന്നത് രണ്ട് തുല്യസ്ഥാനമുള്ള രണ്ടു പേർ തമ്മിലുള്ള ബന്ധമാണ് എന്നതിനെ ചോദ്യം ചെയ്യലായിരിക്കും വേതനം കൊടുക്കുന്നതിലൂടെ നടക്കുക എന്നും അഭിപ്രായപ്പെട്ടു.

ഈ രീതിയിൽ വേതനം 'വേണ' മെന്നും വേണ്ടെന്നും തൊഴിലാളിയാണെന്നും, സംതൃപ്തയാണെന്നും ഉൽപ്പാദകയാണെന്നുമൊക്കെ ചർച്ചകൾ നടക്കുകയുണ്ടായി. ഈ ചർച്ചകളിൽ നിന്നു മനസിലാക്കേണ്ടത് 1920 കളിൽ ആസ്ത്രേലിയയിൽ തുടങ്ങിവെച്ച വിവാദത്തിൽ വേതനം ഭർത്താവ് നൽകണമെന്ന രീതിയായിരുന്നു എന്നാണ്.

പിന്നീട് 1970 കളിൽ ഇതേ ചർച്ച വീണ്ടും തുടങ്ങുകയുണ്ടായി. അമേരിക്കൻ/ജർമൻ ഫെമിനിസ്റ്റുകളുടെയിടയിലാണ് മുഖ്യമായും ചർച്ചകൾ തുടങ്ങിയത്. ആ ചർച്ച കുറേക്കാലം നീണ്ടുനിന്നു എന്നു മാത്രമല്ല "ഭർത്താവല്ല വേതനം നൽകേണ്ടത്, ഭരണകൂടമാണെന്നും, ഭരണകൂടത്തിനുവേണ്ടിയാണ് സ്ത്രീ കുട്ടികളെ പ്രസവിക്കുകയും, വളർത്തുകയും ഭർത്താവിന് പോഷണമൂല്യമുള്ള ആഹാരം വെച്ചുവിളമ്പുന്നതെന്നും അതുകൊണ്ട്, പ്രതിഫലം നൽകേണ്ടത് ഭരണകൂടമാണെന്നു" മുള്ള ചർച്ചകൾ തുടർന്നുവന്നു. സോഷ്യലിസ്റ്റ് ഫെമിനിസ്റ്റുകളുടെ സഹായത്തോടെ ചർച്ച, 'പൊതു അടുക്കള', 'പൊതു ശിശുകേന്ദ്രം' എന്നിങ്ങനെയുള്ള പുതിയ ആശയങ്ങൾ മുന്നോട്ടു വെച്ചുവെങ്കിലും, അതിന്റെ പ്രായോഗികതയെക്കുറിച്ച് ഏറെ ചർച്ചകൾ നടന്നു.

9

മാർക്സിസ്റ്റ് ഫെമിനിസത്തിന്റെ നിലപാട്

"The basic discovery about any people is the discovery of the relationship between its men and its women."

(Pearl S. Buck)

ആയിരത്തിതൊള്ളായിരത്തി ഇരുപതുകളിൽ ആസ്ത്രേലിയയിൽ തുടങ്ങിയ ചർച്ചകൾ സാമൂഹ്യ രാഷ്ട്രീയരംഗത്തുണ്ടായ മാറ്റങ്ങൾ കാരണം തുടർന്നുപോയില്ല. കെയ്ൻസിന്റെ ക്ഷേമരാഷ്ട്രസങ്കൽപ്പവും, സാമൂഹ്യ സുരക്ഷാപദ്ധതികളും 1930 കളാവുമ്പോഴേക്കും നടപ്പാക്കിയതിന്റെ ഫലമായി വേതനത്തെക്കുറിച്ചും, അധ്വാനത്തെക്കുറിച്ചുമുള്ള ചർച്ചകൾ ചെറുതായി തണുത്തിരുന്നു. താച്ചറിസം, റീഗണോമിക്സ് എന്നിവയുടെ പേരിൽ ഇത്തരം പദ്ധതികൾക്ക് വിരാമമിടുന്നതോടെയാണ് വീണ്ടും ചർച്ചകൾ ഉണ്ടാവുന്നത്.

1960കളിൽ തുടങ്ങിയ ചർച്ചകളിൽ മാർക്സിസ്റ്റ് ഫെമിനിസ്റ്റുകളുടെ ഇടപെടലുകൾ കാര്യമായിത്തന്നെ ഉണ്ടായിരുന്നതായി കാണാം. അധ്വാനം, മിച്ചമൂല്യം, ഉപയോഗമൂല്യം, സാമൂഹ്യാധ്വാനം എന്നിങ്ങനെയുള്ളവയുടെ വിശകലനങ്ങളുണ്ടായി. ഇതിനെത്തുടർന്ന് അവകാശലംഘനത്തിന്റെ സമരങ്ങൾ അമേരിക്കപോലുള്ള സമ്പന്നരാഷ്ട്രങ്ങളിലുണ്ടായി. മുതലാളിത്ത ചൂഷണത്തിന്റെ വിവിധ മുഖങ്ങൾ തുറന്നുകാട്ടപ്പെട്ടു. ജനസംഖ്യാ നിയന്ത്രണം, ഗർഭഛിദ്രത്തിന്നുള്ള അവകാശനിഷേധം, തൊഴിലില്ലായ്മ, സ്ത്രീതൊഴിലാളികളെ കൂട്ടത്തോടെ പിരിച്ചുവിട്ടതിനെതിരെ എന്നിങ്ങനെ ചർച്ചകളും സമരങ്ങളും വ്യാപകമായി നടന്നു. ബൂർഷ്വാ

ഫെമിനിസ്റ്റുകളും മാർക്സിസ്റ്റ് ഫെമിനിസ്റ്റുകളും ഒരുപോലെ രംഗത്തു വരികയും തുറന്ന ചർച്ചകൾ നടത്തുകയും ചെയ്ത കാലത്താണ് വീട്ടമ്മയുടെ വേതനം വീണ്ടും ചർച്ചാവിഷയമാകുന്നത്. ഫെമിനിസത്തിന്റെ രണ്ടാംഘട്ടം/തിര (Second wave of feminism) എന്ന് പറയുന്നത് ഈ കാലഘട്ടത്തെയാണ്.

ബെറ്റിഫ്രീഡാന്റെ *ദി ഫെമിനിൻ മിസ്റ്റിക്* (The feminine mysique) എന്ന പ്രസിദ്ധമായ പുസ്തകത്തിൽ സ്ത്രീകളുടെ ഇരട്ട അധ്വാനത്തെക്കുറിച്ച് വിശദമായി പ്രതിപാദിച്ചിരിക്കുന്നതായിരുന്നു വീണ്ടും ഒരു തുടക്കമായത്. തുടർന്ന് കുറേയധികം പുസ്തകങ്ങൾ പ്രസിദ്ധീകരിക്കപ്പെട്ടു. 1969–ൽ കാനഡയിൽ, മാർഗരറ്റ് ബെൻസ്റ്റൺ എഴുതിയ *പൊളിറ്റിക്കൽ ഇക്കോണമി ഓഫ് വിമൻസ് ലിബറേഷൻ* എന്ന പുസ്തകം മാറിയ ചിന്തയ്ക്ക് തിരി കൊളുത്തി. "കുടുംബം എന്നത് ഉപഭോഗ യൂണിറ്റല്ല, മറിച്ച് അധ്വാനയൂണിറ്റാണ്." എന്നതിന്റെ ചുവടുപിടിച്ച് ചർച്ചകൾ നടന്നു തുടങ്ങി. അമേരിക്കയിലെ സ്ത്രീപക്ഷപാതികളെല്ലാവരും കൂടി ഇരുന്ന് ചർച്ച ചെയ്തിട്ടും പരിഹരിക്കാനാവാത്ത പ്രശ്നമായി നിന്നത് വീട്ടമ്മയെക്കുറിച്ചുള്ള ആശങ്കകളായിരുന്നു.

വീട്ടമ്മ ആരാണ്? എങ്ങനെയാണ് അധ്വാനത്തെ അളക്കുക? പ്രശ്നങ്ങളെന്ത്? പരിഹാരങ്ങളെന്ത് എന്നിവ ചർച്ച ചെയ്തപ്പോൾ, എന്തല്ല, വീട്ടമ്മ എന്നാണ് അടിവരയിട്ടു പറഞ്ഞത്.

ഒരു വെറും തൊഴിലാളിയല്ല വീട്ടമ്മ.

മുതലാളിത്ത വ്യവസ്ഥിതിയിൽ അധ്വാനിക്കുന്ന ഒരു സർവീസ് തൊഴിലാളിയല്ല, വീട്ടമ്മ. വിനിമയമൂല്യമുള്ള തൊഴിലല്ല വീട്ടമ്മ ചെയ്യുന്നത് (ഉപയോഗമൂല്യമുള്ള തൊഴിലാണ്).

യജമാനന്റെ കീഴിലെ അടിമയല്ല വീട്ടമ്മ.

അതിന്റെ കൂടെ ചില തിരിച്ചറിവുകൾ കൂടി മുന്നോട്ട്വെക്കുകയുണ്ടായി.

1. മുതലാളിത്തത്തിന് തൊട്ടുമുമ്പുണ്ടായിരുന്ന കാലഘട്ടത്തിലെ ഗാർഹികോൽപ്പാദനത്തിന്റെ ചില അംശങ്ങൾ വീട്ടുജോലിയിലുണ്ട്.
2. വിവാഹം എന്നുപറയുന്ന സ്ഥാപനം, ഒരു സ്ത്രീ വീട്ടമ്മ ആവുന്നതിനെ സഹായിക്കുന്നതാണ് (ഒറ്റയ്ക്ക് ജീവിക്കുന്നവർ/കന്യകമാർ എന്നിവർക്ക് തൊഴിലുണ്ടെങ്കിലേ ജീവിക്കാൻ പറ്റു. അവർക്ക് വീട്ടമ്മമാരാവാൻ കഴിയുകയില്ല).
3. സ്നേഹബന്ധം, പരസ്പരം ആശ്രിതത്വം എന്നിവയിലധിഷ്ഠിതമായ ഒരു വികാരം വീട്ടമ്മയിലുണ്ടായിവരുന്നത് സ്വാഭാവികമാണ്.
4. അതുകൊണ്ട് തന്നെ വെറും സാമ്പത്തികാടിസ്ഥാനത്തിൽ വീട്ടമ്മയ്ക്ക് വേതനം നിശ്ചയിക്കാൻ കഴിയില്ല.
5. കണക്കിട്ട് പറയുവാൻ കഴിയാത്തതാണ് വീട്ടുപണി. അപ്പോൾപ്പിന്നെ എങ്ങനെ പരിഹരിക്കാവുന്നതാണീ പ്രശ്നം. ചർച്ചചെയ്യുന്തോറും കൂടുതൽ പ്രശ്നവൽക്കരിക്കപ്പെടുന്നതായിട്ടാണ് ഫെമിനിസ്റ്റുകൾ ഈ വിഷയത്തെ വിലയിരുത്തുന്നത്. പലതരം അഭിപ്രായങ്ങൾ ഉണ്ടായിവന്നു.

അമേരിക്കൻ ഫെമിനിസ്റ്റായ പാറ്റ് മൈനാർഡി (Pat Mynardi) ഗാർഹിക ജോലിയുടെ രാഷ്ട്രീയം (Politics of Home work) എന്ന ലേഖനത്തിലൂടെ പറയാൻ ശ്രമിച്ചത്, സാമൂഹ്യവൽക്കരണത്തിലൂടെ ഉണ്ടായിവരുന്ന ലിംഗാധിഷ്ഠിത തൊഴിൽ വിഭജനമാണ് സ്ത്രീകളുടെ ചുമലിൽ വീണുകിടക്കുന്ന ഗാർഹികാധ്വാനം എന്നായിരുന്നു. സാമൂഹ്യവൽക്കരണത്തിൽ മാറ്റം വേണം, തൊഴിൽ വിഭജനം കഴിവും സാധ്യതയുമനുസരിച്ചാവണം, ലിംഗാധിഷ്ഠിതമാവരുത് എന്നതായിരുന്നു പരിഹാരം.

മിച്ചലിൽ വാൻഡർ (Michele Wandor) പറഞ്ഞത് "അവർക്ക് (പുരുഷന്മാർക്ക്) രാത്രി കുഞ്ഞെണീറ്റ് കരഞ്ഞാൽ എഴുന്നേൽക്കണ്ട. അവനവന്റേയോ, മറ്റുള്ളവരുടെയോ തുണി വൃത്തിയാക്കുകയോ, പാത്രം കഴുകുകയോ വേണ്ട. ചോദിച്ചാൽ ഇതെല്ലാം വേതനം കിട്ടുന്ന പണിക്കു വേണ്ട ഊർജമായി സംഭരിച്ചു വെക്കുകയാണ് എന്നു പറയാനും മടിക്കില്ല. മാത്രമല്ല, ഇത്തരം പ്രവർത്തനത്തിലൂടെ 'ഞാനാണ് സമ്പാദിക്കുന്നവൻ' എന്ന ധാരണയും സൃഷ്ടിക്കുന്നുണ്ട്. സ്ത്രീകൾ തൊഴിലെടുക്കുമ്പോഴും, ഇത്തരത്തിലുള്ള ഭാവമില്ല. അതുകൊണ്ടു തന്നെ പ്രശ്നം, ബോധമണ്ഡലത്തിലാണ്. സ്ത്രീകളുടെ ബോധതലത്തിൽ മാറ്റംവരണം, പുരുഷന്മാരുടെ കാഴ്ചപ്പാടിലും."

സാൻഡ്രാ ഖെർ (Sandra kher) ഒരു കവിത എഴുതി പ്രസിദ്ധീകരിച്ചു. വലിയ ഒരു കവിതയാണ്. ചെറിയ ഒരു ഭാഗം ഇങ്ങനെ; കവിതയുടെ പേര് *Maintenance Engineer* എന്നാണ്.

വിവാഹശേഷമുള്ള ഒരു വെള്ളിയാഴ്ച രാത്രി ഭർത്താവ് പണിശാലയിൽ നിന്നെത്തിയപ്പോൾ ഞാൻ "തീൻമേശയിൽ ചായവെച്ചിട്ടുണ്ട്.

അലമാരയിൽ തുണികൾ അലക്കി വെച്ചിട്ടുണ്ട്.

കുളിക്കാനുള്ള വെള്ളം ഇപ്പോൾ ചൂടാകും, ഞാൻ -

വന്ന് മുതുക് തേച്ചുതരാം..."

വളരെ മൃദുവായി എന്നെ ചുംബിച്ച് അദ്ദേഹം

"തുറന്നുപറയട്ടെ, എന്റെ തൊഴിൽശാലയിലെ യന്ത്രത്തിന് ഞാൻ ഇത്ര 'സർവീസ്' ചെയ്യാറില്ല." ഞാൻ–

"ഞാൻ നിങ്ങളുടെ കൊച്ചുപെണ്ണോ, സ്വീറ്റ് ഹാർട്ടോ അല്ല.

ഞാൻ വെറുമൊരു അടിമ—കൂലിത്തൊഴിലാളി—വേതനമില്ലാത്ത തൊഴിലാളി -

പക്ഷേ ഞാൻ നിങ്ങളുടെ മെയിന്റനൻസ് എഞ്ചിനീയർ"

ഇത്തരത്തിലുള്ള ധാരാളം കവിതകളും ലേഖനങ്ങളും പ്രസിദ്ധീകരിക്കപ്പെട്ടു. ആസ്ത്രേലിയയിലെ 1920കളിലെ ചർച്ചയ്ക്ക് വിരുദ്ധമായി, ഇവിടെ ആവശ്യപ്പെട്ടത്, ഭരണകൂടം വേതനം നിശ്ചയിക്കണമെന്നായിരുന്നു. (ഇടക്കാലത്തുണ്ടായ സാമൂഹ്യ സുരക്ഷാസംവിധാനവും ക്ഷേമപരിപാടികളും ഭരണകൂടത്തിന്റെ പങ്കാളിത്തത്തെ വിളിച്ചറിയിച്ചതായിരിക്കാം, കാരണം) വേതനം നിശ്ചയിക്കണമെന്നാവശ്യം വന്നപ്പോൾ കൂടുതൽ പ്രശ്നമായി.

എങ്ങനെ കുടുംബജോലിയെ അളക്കും? തൊഴിൽ സമയംവെച്ച് സാധ്യമല്ല—കാരണം, പലസമയങ്ങളിലായി ചെയ്യുന്ന പണിയായതിനാൽ ഒരുതരം ഏകതാനതാളവും ഇല്ലാത്തതാണ് വീട്ടുജോലി—10 മണി മുതൽ 2 മണി വരെ, ഇത്ര പിരീഡുകൾ, ഇത്ര കുട്ടികളെ പഠിപ്പിക്കുന്നതിന്റെ കൂലി നിശ്ചയിക്കാനെളുപ്പമാണ്. എല്ലാ ആഴ്ചയും ഇത്ര മണിക്കൂർ പഠിപ്പിക്കുന്നതിന് മാസശമ്പളം തീരുമാനിക്കാൻ എളുപ്പമാണ്. കൃത്യമായി ഇത്ര മണിക്കൂർ എന്നോ, ഇന്ന സമയത്ത് എന്നോ പറയാനാവാത്ത അവസ്ഥ ഗാർഹിക ജോലിക്കുണ്ട്. ഉദാ:- മാംസഭക്ഷണമുണ്ടാക്കുന്ന ദിവസം പാചകസമയം കൂടും. പാത്രങ്ങൾ തേയ്ക്കാൻ കുടുതലുണ്ടാവും; മറിച്ച് മോരു കറിയും ചേന ഉപ്പേരിയുമുണ്ടാക്കുമ്പോൾ, പെട്ടെന്ന് തീരും. അതുപോലെ തന്നെ തലയണ ഉറ, ബെഡ് ഷീറ്റ്, കർട്ടൺ എന്നിവയൊക്കെ അലക്കാനുണ്ടെങ്കിൽ സമയം കൂടും. ഇങ്ങനെ പല രീതിയിലായതിനാൽ ഏകതാനമല്ലാത്തതുകൊണ്ട്, ക്ലിപ്തമായി അധ്വാനം അളക്കാൻ പ്രയാസമാണ്. വേതനം തിട്ടപ്പെടുത്താൻ പ്രയാസമാണ്.

രണ്ടാമത്തെ പ്രശ്നം, കുഞ്ഞിനെ നോക്കൽ, മുലയൂട്ടൽ എന്നിവ എന്തായി കണക്കാക്കും? അത് ഗാർഹിക ജോലിയല്ല. അതുപോലെ രോഗികളെ ശുശ്രൂഷിക്കുന്നത്, വയസായവരെ നോക്കുന്നത് ഇവയൊക്കെ ഏത് ഇനത്തിൽപ്പെടുത്താം? അപ്പോൾ കുഞ്ഞിനെ/വൃദ്ധരെ/രോഗികളെ നോക്കുന്നതിന് വേറൊരു അലവൻസ് വേണമെന്നായി. മറ്റൊരു പരിഹാരം, കുട്ടികളില്ലാത്ത വീട്ടമ്മമാർക്ക് വേതനത്തിൽ 'വെട്ടിച്ചുരുക്കൽ' ആവാം എന്നതായിരുന്നു.

ഒരു കൂട്ടർ 'കുട്ടിയെ ആര് വേണമെങ്കിലും നോക്കാം' എന്നു വാദിച്ചതോടെ, വിവാഹം ആവശ്യമാണോ? കുടുംബം എന്തിന് വേണ്ടി? എന്നിങ്ങനെ ചർച്ചകൾ കാടുകയറിത്തുടങ്ങി. എങ്കിലും ഇത്തരം ചർച്ചകൾ ഒരു ദശകത്തോളം നീണ്ടുനിന്നു.

വേതനം നിശ്ചയിക്കുന്നതിന്റെ അനിശ്ചിതത്വം നില നിൽക്കെ, ആരു വേതനം കൊടുക്കണമെന്ന ചർച്ചയും വഴിമുട്ടി.

കാതലീൻ ഫ്രീമാനെ പോലുള്ളവർ കർശനമായി, വേതനത്തെ എതിർത്തു.

"ഭരണകൂടം വേതനം കൊടുക്കുകയാണെങ്കിൽ, ഭരണകൂടം പോലീസു ചമയും. സ്ത്രീകളെ കൂടുതലായി പണിയെടുപ്പിക്കും. കുട്ടിയെ നോക്കൽ, രോഗിയെ പരിചരിക്കൽ എന്നിവ മാറ്റി നിർത്തണം. വീട്ടമ്മയ്ക്ക് വേതനമെന്നാൽ അത് ഗാർഹിക ജോലിക്കു മാത്രമാവണം. ബ്രിട്ടനിലെ 'പവർ ഫോർ വിമൻ കളക്റ്റീവ്' രണ്ടു വർഷം നീണ്ട ചർച്ച സംഘടിപ്പിക്കുകയുണ്ടായി.

പുതിയ ചില പ്രസ്താനവനകളുമായി എൻജലാ ഫിലിപ്പ് രംഗത്ത് വന്നു. അവർ പറഞ്ഞത്.

"വീട്ടിനകത്ത് സ്ത്രീകളെ തളച്ചിടുന്നതിനെതിരെ, കാലങ്ങളായി നാം പ്രചാരണം നടത്തിയിട്ട്, ഇപ്പോൾ അവരെ അവിടെത്തന്നെ ഏകാ

ന്തതയിൽ, അലവൻസും കൊടുത്ത് സംരക്ഷിക്കാമെന്നാണോ? അതോ, കൂടുതൽ സൗഹാർദപരമായ പൊതു ക്രഷെകൾ, പൊതു അടുക്കള, പൊതു അലക്കുകേന്ദ്രം എന്നിവയിലൂടെ അവരുടെ അധ്വാനത്തിന്റെ തോത് കുറച്ച്, അവരെയും തൊഴിൽ സ്ഥാപനങ്ങളിലേക്ക് കൊണ്ടുവരണമെന്നാണോ? സ്ത്രീകൾക്കും പുരുഷന്മാർക്കും കൂടുതലായി, പാർട്ടൈം തൊഴിലുകൾ സാധ്യമാക്കുകയും, സ്ത്രീകൾക്ക് സാമൂഹ്യരംഗത്തും തൊഴിൽ രംഗത്തും കൂടുതലായി ഇടപെടാനുള്ള സാഹചര്യം ഉണ്ടാക്കുവാൻ ഭരണകൂടത്തിൽ സമ്മർദം ചെലുത്തുകയുമല്ലെ, നാം ചെയ്യേണ്ടത്? കുട്ടികളില്ലാത്തവർക്ക് വേതനം കുറയ്ക്കും ഒറ്റയ്ക്ക് ജീവിക്കുന്നവർക്ക് വേതനമില്ല. എന്നൊക്കെ കാണുമ്പോൾ അതിയായ സങ്കടം തോന്നുന്നു. ഭാര്യയും ഭർത്താവും തമ്മിലുള്ള ലൈംഗികബന്ധത്തിനു വരെ വേതനത്തിന്റെ കണക്കുപറയുന്നതിൽ ഒരു സ്ത്രീപ്രസ്ഥാനത്തിന്റെ വക്താവ് എന്ന രീതിയിൽ എനിക്ക് ലജ്ജ തോന്നുന്നു."

കുറേയധികം പേർ ഏൻജലാ ഫിലിപ്പിനോട് ഐക്യദാർഢ്യം പ്രകടിപ്പിച്ചു. സാമ്പത്തിക ഘടനയുമായി ബന്ധപ്പെടുത്തുന്നതിനെയും, അതിനിടയിലെ സ്നേഹബന്ധത്തെ കാണാതിരിക്കുന്നതിനെയും പലരും എതിർത്തു. അതിന്റെ കൂടെത്തന്നെ വീട്ടുജോലിയുടെ മടുപ്പും ചർച്ച ചെയ്യാനും അവർ മറന്നില്ല. "രാവിലെ മുതൽ വൈകിട്ട് വരെ ചെയ്താലും ഒരുതരം EMPTINESS ആണ്" – ബെറ്റി ഫ്രീഡാന്റെ ഈ EMPTINESS എന്ന പ്രയോഗം പലരും ആവർത്തിച്ചു. ധാരാളം പുസ്തകങ്ങൾ ചർച്ചകൾക്കിടയിൽ പ്രസിദ്ധീകരിക്കപ്പെട്ടു. അന്ന് വീട്ടമ്മയെക്കുറിച്ച് നടന്ന ചർച്ചകൾ കേട്ടാൽ മനസിലാവും, എത്രമാത്രം ഗൗരവത്തോടെയാണ് ഈ വിഷയം അക്കാദമിക് തലത്തിലും പ്രസ്ഥാനത്തിന്റെ തലത്തിലും ഏറ്റെടുത്തിരുന്നത് എന്ന്.

ഷീലാ റോബോത്തം (Sheela Rowbotham) *Housewives Choice* – (*വീട്ടമ്മമാരുടെ നിർണായകത്വം.*)

വാൻഡർ (Wander) *Family - ever after* (*കുടുംബം – അവസാനം വരെ*)

പൊളിറ്റിക്കൽ ഇക്കണോമി ഓഫ് വിമൻ (വിമൻ ഗ്രൂപ്പ് എഡിറ്റ് ചെയ്തത്).

മെക്ക്രിൻസിലും ഷീലാ റോബോത്തവും (Sheila Rowbotham) കൂടി എഴുതിയ *Dutiful Daughters* - ആൻ വൈറ്റ് ഹെഡ് (Ann Whitehead) *എനിക്കു വിശക്കുന്നു, അമ്മേ.... ഗാർഹിക ബഡ്ജറ്റിന്റെ രാഷ്ട്രീയം*, മൗറിൻ മെക് ഇൻതോഷ് എഴുതിയ *വീട്ടിനുള്ളിലെ വീട്ടുജോലി* (Domestic labour in the household). വെൻസി വിറ്റ്ഫീൽഡ് – *അവന്റെയും അവളുടെയും വീട്ടുജോലി* (His & Her Homework), ലക്സ്ടൺ (Luxton) എഴുതിയ *സ്നേഹാധ്വാനത്തിലുപരി* (More than a labour of love). മാർക്സിസ്റ്റ് ഫെമിനിസ്റ്റുകളുടെ ഒരു നിര തന്നെ ഈ കാലഘട്ടത്തിലുണ്ടായി എന്നു മാത്രമല്ല, മുകളിൽ പറഞ്ഞ പുസ്ത

കങ്ങൾ/വാദങ്ങൾ/ലേഖനങ്ങൾ പലതും എംഗൽസിന്റെ ലിംഗാധിഷ്ഠിത തൊഴിൽ വിഭജനത്തിലൂന്നിക്കൊണ്ടുള്ളതായിരുന്നു. അതുപോലെ മാർക്സിന്റെ *Theory of labour* എന്നതിനെയും അടിസ്ഥാനപ്പെടുത്തിയായിരുന്നു ചർച്ച ചെയ്ത് വന്നിരുന്നത്.

ലെനിനും ക്ലാരാസെറ്റ്കിനും തമ്മിൽ ഗാർഹികാധ്വാനത്തെക്കുറിച്ച് നടന്ന ചർച്ച പുനരാഹ്വാനം ചെയ്യപ്പെട്ടു.

സ്ത്രീ... ലൈംഗികത... പീഡനം എന്നതിലുപരി തൊഴിലെടുത്തുകൊണ്ടിരുന്ന സ്ത്രീകൾ പുറത്താക്കപ്പെടുവാനുണ്ടായ സാഹചര്യവും, പുറത്താക്കപ്പെട്ടതിന്റെ ഭാഗമായി അവർ 'വീട്ടമ്മ'മാരായതിന്റെയും പശ്ചാത്തലത്തിലാണ് മാർക്സിസ്റ്റ് ഫെമിനിസ്റ്റുകൾ ചർച്ച ചെയ്തത്. രണ്ടാം ലോകമഹായുദ്ധം, ബൃഹത്തായ സാമ്പത്തിക കുഴപ്പം എന്നിവയുടെ പരിണതഫലമായിട്ടായിരുന്നു, വീട്ടമ്മമാരുടെ വർധനവിനെയും വേതനത്തിനുവേണ്ടിയുള്ള ആവശ്യത്തെയും അവർ കണ്ടത്. സ്ത്രീകളുടെ അടിച്ചമർത്തലിന്റെ സൈദ്ധാന്തികതലങ്ങളിലേക്ക് ചർച്ചകൾ കൊണ്ടുവരാൻ മാർക്സിസ്റ്റ് ഫെമിനിസ്റ്റുകൾക്ക് സാധിച്ചു. അവർ മുന്നോട്ടുവെച്ച രണ്ടു കാഴ്ചപ്പാടുകൾ വ്യത്യസ്തമായിരുന്നു, ശാസ്ത്രീയമായിരുന്നു:

1. സാമൂഹ്യഉൽപ്പാദനത്തിൽ നിന്ന് അടർത്തി എടുത്ത് ഗാർഹികാധ്വാനത്തെ കാണുന്നത് ശരിയല്ല.
2. ഗാർഹികാധ്വാനവും കൂലി വാങ്ങിക്കൊണ്ടുള്ള അധ്വാനവും (waged labour) ഒരേ രീതിയിൽ കാണുന്നത് ശരിയല്ല. ഇത്തരത്തിൽ കാണുന്നത് മുതലാളിത്തത്തെ സഹായിക്കുകയേ ഉള്ളു.
3. പരിഹാരമാർഗങ്ങൾ സമൂഹത്തിൽ നിന്നുണ്ടായിവരണം – അത് സഹകരണാടിസ്ഥാനത്തിലുള്ള അടുക്കള, ശിശുകേന്ദ്രം എന്നിവയാകണം. സാമൂഹ്യമാറ്റത്തിന് പൊരുതാനുള്ള സമരസേനയായി മാറുവാനായി വീട്ടമ്മമാർ സമയം കണ്ടെത്തണം. അത്തരത്തിൽ അവർക്ക് സമയം കണ്ടെത്തിക്കൊടുക്കേണ്ടത്, ഭരണകൂടത്തിന്റെ ചുമതലയാണ്.
4. തൊഴിലെടുക്കുന്ന സ്ത്രീപുരുഷന്മാർ കുടുംബത്തിനുള്ളിലുള്ള വൃദ്ധർ, രോഗികൾ എന്നിവരുടെ ചുമതല തുല്യമായി പങ്കിട്ടെടുക്കണം—ഉത്തരവാദിത്തം തുല്യമായി പങ്കിടുന്ന സ്ഥലത്തു മാത്രമെ പരസ്പരധാരണയും പരസ്പരവിശ്വാസവുമുണ്ടാവൂ.

ഇത്തരത്തിൽ 20 കളിലും 60 കളിലും തുടർന്നു വന്ന ചർച്ചകളിൽ എല്ലാ വർഗത്തിലുംപെട്ട സ്ത്രീപുരുഷന്മാർ ഗൗരവമായിത്തന്നെ 'വീട്ടമ്മയുടെ വേതനത്തെ' കണ്ടിരുന്നു. ആശയം തെറ്റാണോ, ശരിയാണോ എന്നതല്ല, ചർച്ച ചെയ്തു പരിഹരിക്കേണ്ടതാണെന്ന ബോധം അന്നത്തെ ജനാധിപത്യവിശ്വാസികൾക്കുണ്ടായിരുന്നു—ഇന്നത്തേതിൽ നിന്നും വ്യത്യസ്തമായിരുന്നു എന്നു സാരം.

10

പൊതു അടുക്കള

"Men, their rights, and nothing more; women, their rights, and nothing less."

(Susan B. Anthony)

സെൽമാ ജെയിംസിനെ (Selma James) മാറ്റി നിർത്തിക്കൊണ്ട് വീട്ടമ്മയുടെ വേതനത്തെക്കുറിച്ച് നമുക്ക് ചർച്ച ചെയ്യുവാൻ സാധിക്കുകയില്ല. 1930ൽ ന്യൂയോർക്കിലെ ബ്രൂക്‌ലിനിൽ ജനിച്ച സെൽമാ ആദ്യകാലങ്ങളിൽ ഫാക്ടറി തൊഴിലാളിയായി തുടങ്ങുകയും പിന്നീട് പൂർണ സമയ വീട്ടമ്മയായി മാറുകയുമായിരുന്നു. 15–ാമത്തെ വയസിൽ അവർ ജോൺസൺ ഫോറസ്റ്റ് ടെന്റൻസി (Johnson - Forest Tendency) എന്ന സംഘടനയുമായി ചേർന്നു പ്രവർത്തിച്ചു തുടങ്ങി. 1952ൽ അവർ പ്രസിദ്ധമായ *സ്ത്രീകളുടെ ഇടം (A Woman's place)* എന്ന പുസ്തകം പ്രസിദ്ധീകരിച്ചു. *കറസ്പോണ്ടൻസ് (Correspondance)* എന്ന വാരികയിൽ പ്രസിദ്ധീകരിച്ചുവന്നിരുന്ന ഈ പുസ്തകത്തിന്റെ പ്രധാന വായനക്കാർ തൊഴിലെടുക്കുന്ന സ്ത്രീകളായിരുന്നു. അവരുടെ ലേഖനങ്ങളും പുസ്തകങ്ങളുമൊക്കെ സമർപ്പിച്ചിരുന്നത്, കറുത്തവർഗ തൊഴിലാളി സ്ത്രീകൾക്കായിരുന്നു. 1955 ആവുമ്പോഴേക്കും രാഷ്ട്രീയപ്രവർത്തകനായിരുന്ന സി എൽ ആർ ജെയിംസിനെ വിവാഹം കഴിക്കാനായി അവർ ഇംഗ്ലണ്ടിലേക്കു വന്നു. 25 വർഷക്കാലം അവരൊന്നിച്ച് രാഷ്ട്രീയ സുഹൃത്തുക്കളായി ജീവിച്ചു. 1958 മുതൽ 62 വരെ രണ്ടുപേരും ട്രിനിഡാഡിലേക്കു തിരിച്ചു. അവിടെ വെസ്റ്റ് ഇൻഡീസിന്റെ സ്വാതന്ത്ര്യ സമരപ്രസ്ഥാനത്തിൽ രണ്ടുപേരും

സജീവമായി. വെസ്റ്റ് ഇൻഡീസിന്റെ സ്വാതന്ത്ര്യ പ്രഖ്യാപനത്തോടെ, അവർ തിരിച്ച് ബ്രിട്ടനിലേക്ക് പോവുകയും, കാർഡ് (CARD) Campaign Against Racial Descrimination – എന്ന വർണവിവേചനത്തിനെതിരെയുള്ള സംഘടനയുടെ ആദ്യത്തെ സംഘാടക സെക്രട്ടറിയായി പ്രവർത്തിക്കുകയും ചെയ്തു.

1922 ൽ അവർ *സ്ത്രീശക്തിയും സമുദായത്തിന്റെ കീഴ്മേൽ മറിയലും (Power of women and the subversion of the community)* എന്ന പുസ്തകം മരിയാ റോസ ഡെല്ല കോസ്റ്റ (Maria Roas Dalla Costa) എന്നിവരുടെ കൂടെച്ചേർന്നെഴുതി പ്രസിദ്ധീകരിച്ചു. ഗാർഹികാധ്വാനത്തിന്റെ സൈദ്ധാന്തികതലത്തെക്കുറിച്ചുള്ള ചർച്ച അവരീ പുസ്തകത്തിലൂടെ വീണ്ടും തുടങ്ങി വെച്ചു. വിപണി ഏത് രീതിയിൽ സ്ത്രീകളുടെ ഗാർഹികാധ്വാനത്തെ മുതലെടുക്കുന്നു എന്നതാണ് അവർ വിശദീകരിച്ചത്. 1983 ൽ *മാർക്സും ഫെമിനിസ*വും എന്ന പുസ്തകം പ്രസിദ്ധീകരിക്കുകയും, മാർക്സിന്റെ *മൂലധന*ത്തെ സ്ത്രീപക്ഷത്തു നിന്ന് കാണാൻ ശ്രമിക്കുകയും ചെയ്തു.

1972 ൽ ത്തന്നെ അവർ 'വീട്ടമ്മയ്ക്ക് വേതനം' എന്ന സാർവദേശീയ പ്രചാരണം ആരംഭിച്ചിരുന്നു. ആസ്ത്രേലിയ, അമേരിക്ക എന്നീ രാജ്യങ്ങളിൽ നടന്ന രീതിയിൽ ബ്രിട്ടനിലും ഇതിനെച്ചൊല്ലിയുള്ള ചർച്ചകൾ നടന്നു വന്നു. 1975 ആകുമ്പോഴേക്കും, ബ്രിട്ടനിൽ രണ്ടു മൂന്നു സംഘടനകൾ 'തുല്യജോലിക്ക് വേതനം' എന്ന രീതിയിൽ പ്രചാരണം തുടങ്ങിയിരുന്നു. തുടർച്ചയായ പ്രചാരണവും സമരവുമാണ് ബ്രിട്ടനിൽ നടന്നത്. കറുത്ത വർഗക്കാരുടെയിടയിലെ സ്ത്രീകളുടെ സംഘടന, സ്വവർഗരതിക്കാരുടെയും സംഘടനകൾ എല്ലാവരും മുഖ്യമായ മുദ്രാവാക്യമായി ഏറ്റെടുത്തത് വീട്ടുജോലിക്കു വേതനം എന്നതുതന്നെയായിരുന്നു.

1985ൽ ഐക്യരാഷ്ട്രസഭയുടെ തീരുമാനമുണ്ടായി. അതിൽ സ്ത്രീക ളുടെ ഗാർഹികാധ്വാനത്തെ 'കണക്കി'ലെടുക്കാനും 'അളക്കാനു'മുള്ള തീരുമാനമുണ്ടായി. ട്രിനിഡാഡ് (Trinidad) ടുബാഗോ (Tobago) സ്പെയിൻ എന്നിവിടങ്ങളിൽ നിയമമായിത്തന്നെ വീട്ടുജോലിക്കു വേതനം നടപ്പിലാക്കാൻ തീരുമാനമായി. വെനിസ്വലയിൽ ഭരണഘടനയുടെ 85–ാം വകുപ്പിൽ വീട്ടമ്മമാർക്ക് സാമൂഹ്യസുരക്ഷ ഉറപ്പാക്കുന്ന രീതിയിൽ വേതനം നൽകണമെന്ന നിയമവും നിലവിൽ വന്നു.

2000 മുതൽ സെൽമ, ആഗോള സ്ത്രീസമരപ്രസ്ഥാനത്തിന്റെ (Global Women's Strike) കോ–ഓഡിനേറ്ററാണ്. പല രാജ്യങ്ങളിലായി പ്രവർത്തിക്കുന്ന ഇവർ അടിസ്ഥാന വർഗത്തിൽപ്പെട്ട സ്ത്രീകളെ സംഘടിപ്പിക്കുകയാണ് ചെയ്യുന്നത്. ഈ സംഘടനയുടെ പ്രധാന മുദ്രാവാക്യം 'നിക്ഷേപം ക്ഷേമത്തിൽ, കൊന്നൊടുക്കലിലല്ല' (Invest Cariup, not Killing) എന്നതാണ്. ഇവർ വാദിച്ചത്, യുദ്ധകോപ്പുകൾക്കും അണുവായുധങ്ങൾക്കുമല്ല പണം ചെലവാക്കേണ്ടത്, മറിച്ച് സമൂഹത്തെ നിലനിർത്തുന്ന വീട്ടമ്മാർക്കു വേണ്ടിയാണ് എന്നതാണ്.

റഷ്യൻ വിപ്ലവത്തിന്റെ ചുവടുപിടിച്ച് അതേ രീതിയിൽ വെനിസ്വല യിൽ വിപ്ലവം സൃഷ്ടിക്കാമെന്ന വിശ്വാസത്തിൽ 'വെനിസ്വലൻ റവല്യൂ ഷൻ' എന്ന സംഘടന പ്രവർത്തിക്കുന്നു. സെൽമ വെനിസ്വലൻ റവ ല്യൂഷന്റെ പ്രവർത്തകയാണ്. അവർ ഇന്നത്തെ വെനിസ്വലൻ ഭരണാ ധികാരി ഷാവേസുമായി സഹകരിക്കുകയും അവിടെയുള്ള പദ്ധതി ആവി ഷ്കരണങ്ങളിൽ ഇടപെടുകയും ചെയ്യുന്നു. ഇവരുടെ ഇടപെടൽ കാര ണമാണ് വെനിസ്വലയിൽ വീട്ടമ്മമാർക്ക് അലവൻസ് എന്നത് നടപ്പിലാ ക്കിയിരിക്കുന്നത്.

യുദ്ധത്തിനെതിരെയും മുതലാളിത്ത രാജ്യങ്ങളുടെ യുദ്ധവെറിക്കെ തിരെയും ശക്തമായി പോരാടുന്ന സെൽമാ ജെയിംസ് ഇസ്രായേലിന്റെ 60–ാം പിറന്നാൾ കൊണ്ടാടുന്നതിനെ വിമർശിച്ചു. "ഇസ്രായേലിന്റെ 60–ാം പിറന്നാളിന് ബ്രിട്ടീഷ് ജൂതന്മാരുടെ 'ഒരു കത്ത്' എന്ന നിവേദനത്തിൽ സെൽമ ഒപ്പിടുകയും 'എന്തുകൊണ്ട് ഇസ്രായേലിന്റെ 60–ാം പിറന്നാ ളിന് മാറി നിൽക്കുന്നു' എന്ന ലേഖനം *ഗാർഡിയൻ* പത്രത്തിലെഴുതു കയും ചെയ്തു. ഇപ്പോഴും അവർ സമരം തുടരുന്നു...

ഇത്തരത്തിൽ വിവിധ രാഷ്ട്രങ്ങളിൽ ഉയർന്നുവന്ന ചർച്ചകളുടെ കഴമ്പ് എന്തായിരുന്നു, ഏത് ദിശയിലാണ് ചർച്ചകൾ നീങ്ങിയത് എന്നത് ഏറെ രസകരമായിരുന്നു.

സെൽമ ജെയിംസിനെപ്പോലെയുള്ളവർ വിശാല ഇടതുപക്ഷമായി രുന്നെങ്കിലും മാർക്സിസ്റ്റ് ഫെമിനിസ്റ്റുകളുമായി ചില കാര്യങ്ങളിൽ യാതൊരുവിധ ഒത്തുതീർപ്പിനും തയാറായിരുന്നില്ല. അവരുടെ കൂടെ നിൽക്കാൻ ഏതാനും ലിബറൽ ഫെമിനിസ്റ്റുകളുമുണ്ടായിരുന്നു. അവ രുടെ നിലപാട്.

1. വീട്ടമ്മ അധ്വാനിക്കുന്നത് സമൂഹത്തിനുവേണ്ടിയാണ്.
2. അവരെ ചൂഷണം ചെയ്തുകൊണ്ട് അവരുടെ നിലനിൽപ്പിനെ ആവശ്യപ്പെടുന്നത് മുതലാളിത്തമാണ്.
3. മുതലാളിത്തം വളർന്ന് വികസിക്കാൻ അധ്വാനിക്കുന്ന വീട്ടമ്മ മാർക്ക് വേതനമായി സാമ്പത്തിക സഹായം ചെയ്യേണ്ടത് മുത ലാളിത്തത്തെ നിലനിർത്തുന്ന ഭരണകൂടമാണ്. ഭരണകൂടം ചെയ്യേണ്ടതാണ് സ്ത്രീകൾ വീട്ടിൽ ചെയ്യുന്നത്. അതുകൊണ്ട് തന്നെ വേതനം ആവശ്യമാണ്.
4. മുൻഗണനാക്രമത്തിൽ നോക്കുമ്പോൾ വികസിതരാജ്യങ്ങൾ യുദ്ധത്തിനും നാശനഷ്ടത്തിനും വേണ്ടി ചെലവാക്കുന്ന സംഖ്യയേക്കാളും സമൂഹത്തിനാവശ്യം അതിനെ നില നിർത്തുന്ന വീട്ടമ്മമാരുടെ സേവനമാണ്.

'വീട്ടമ്മയ്ക്ക് വേതനം' എന്നതിനെ എതിർത്തവർ മുഖ്യമായും മാർ ക്സിസ്റ്റ് ഫെമിനിസ്റ്റുകളും സോഷ്യലിസ്റ്റ് ഫെമിനിസ്റ്റുകളുമായിരുന്നു. അവരുടെ വാദം.

1. വീട്ടമ്മമാർ സഹായിക്കുന്നത് മുതലാളിത്തത്തിന്റെ വളർച്ചയെ തന്നെയാണ്. അതിന് ഭരണകൂടത്തിന്റെ പക്കൽനിന്ന് വേതനം പറ്റുകയല്ല വേണ്ടത്. മറിച്ച് സ്ത്രീകൾക്ക് തൊഴിൽ ഒരവകാശമായി മാറുകയും ബോധപൂർവം അവരെ പൊതുരംഗത്തേക്ക് കൊണ്ടുവരികയുമാണ് വേണ്ടത്. സോവിയറ്റ് യൂണിയൻ മാതൃകയാക്കിക്കൊണ്ടുതന്നെ വിമൻസ് കമ്മിറ്റികളും യൂണിയനുകളുമുണ്ടാവുകയും അതിനു കരുത്ത് പകർന്നുകൊണ്ട് ഗാർഹികാധ്വാനത്തിനുള്ള പ്രതിവിധി കാണുകയുമാണ് വേണ്ടത്.
2. വീട്ടമ്മയുടെ അധ്വാനം ഉപയോഗമൂല്യമുള്ളതാണെന്നും മിച്ചമൂല്യമുണ്ടാക്കുന്നില്ല എന്നതും വേതനം ആവശ്യമില്ല എന്നതിനെ തെളിയിക്കുന്നു. 'വേതനം' എന്നതിന് ഒരർഥമുണ്ടെന്നും തൊഴിലാളി നടത്തുന്ന ഉൽപ്പാദനത്തിന് പ്രതിഫലമായി ഉൽപാദനച്ചെലവിന്റെ ഭാഗമായി മുതലാളി നൽകുന്ന സംഖ്യയാണ് വേതനം എന്നതാണ് അത്. അതായത് മൂലധനത്തിന്റെ ഭാഗമായ ഉൽപാദന ചെലവിന്റെ ഒരു പകുതിയാണ് വേതനം എന്ന ആശയം ശരിയല്ല.

ഇതുപറയുമ്പോൾ തന്നെ സെൽമ ജെയിംസ് വാദിച്ചതുപോലെ ഭരണകൂടത്തിന് സ്ത്രീകളുടെ അധ്വാനത്തിനുമേൽ ഒരു ഉത്തരവാദിത്വം ഉണ്ട്. പക്ഷേ ഭരണകൂടത്തിന്റെ ഉത്തരവാദിത്തം എന്നത് ശിശുപരിചരണത്തിന് സൗകര്യം ഉണ്ടാക്കുക, വൃത്തിയുള്ളതും ശുചിത്വമുള്ളതുമായ ജീവിതരീതി ഉണ്ടാവുക തുടങ്ങിയവ ഭരണകൂടം അതിന്റെ റവന്യൂവരുമാനത്തിൽനിന്ന് നൽകേണ്ടതാണ്. അതായത്, വീട്ടമ്മമാർ ചെയ്യുന്ന ജോലിയുടെ വലിയൊരു ഭാഗവും സ്റ്റേറ്റിന്റെ സാമൂഹ്യ ഉത്തരവാദിത്വമാക്കി മാറ്റി, അധ്വാനഭാരത്തിൽനിന്നും അവരെ മോചിപ്പിക്കുക എന്നതായിരുന്നു മാർക്സിസ്റ്റ് ഫെമിനിസ്റ്റുകൾ വാദിച്ചത്.

ഇതിന്റെ ഭാഗമായി, മുമ്പ് സൂചിപ്പിച്ചതുപോലെ ഒരു കൃത്യമായ പാക്കേജുണ്ടാവണം. അതിന്റെ ഭാഗമായി, കുടുംബത്തിന്റെ ജനാധിപത്യം സ്ത്രീപുരുഷബന്ധങ്ങളിലെ സുതാര്യത, സൗഹൃദം, പൊതു അടുക്കള സംവിധാനം, പൊതു ശിശുപാലനം/ക്രഷെകൾ, പൊതുവായ സഹായ സഹകരണങ്ങൾ എന്നിവയോടു കൂടിയ കമ്യൂണുകളുമായിരുന്നു. ഇത്തരത്തിലൊരു സംവിധാനം കേരളത്തിൽ എത്രമാത്രം സാധ്യമാകും? ചർച്ച ചെയ്യേണ്ടതാണ്.

11

വീട്ടമ്മ - ചരിത്രപരമായ ഒരന്വേഷണം

"Women do not have to sacrifice personhood if they are mothers. They do not have to sacrifice motherhood in order to be persons. Liberation was meant to expand women's opportunities, not to limit them. The self-esteem that has been found in new pursuits can also be found in mothering."

(Elaine Heffner)

വീട്ടമ്മമാർക്ക് ചരിത്രമുണ്ടോ? ചരിത്രപഠനത്തിലോ, അക്കാദമിക രംഗങ്ങളിലോ, വീട്ടമ്മയ്ക്ക് സ്ഥാനമുണ്ടായിട്ടുണ്ടോ? വീട്ടമ്മ, കാനേഷുമാരി കണക്കുകളിലോ മറ്റുവല്ല സർവേകളിലോ, ഇടം പിടിച്ചിട്ടുണ്ടോ? അവരുടെ അധ്വാനത്തെക്കുറിച്ചുള്ള കണക്കുകൾ ലഭ്യമാണോ? ശക്തമായിത്തന്നെ 'ഇല്ല' എന്നു പറയുവാൻ സാധിക്കും. തീർച്ചയായും, ഗൃഹാന്തരീക്ഷം, ഗൃഹാന്തരീക്ഷത്തിലെ മാറിവരുന്ന സ്ത്രീ/പുരുഷധർമങ്ങൾ, അധ്വാനത്തിന്റെ തോത് എന്നിവ അന്വേഷണ വിധേയമാക്കേണ്ടതാണ്.

ഏതൊരു സമൂഹത്തിലെയും ലിംഗപരമായ തൊഴിൽ വിഭജനം ചരിത്രപരമായി രൂപംകൊണ്ടതാണ്. എഴുതപ്പെടാത്ത ചില നിയമങ്ങളിലൂടെ, ജൈവശാസ്ത്രപരമായ വ്യത്യാസങ്ങളിലൂന്നി, സ്ത്രീക്കും പുരുഷനും ചില ധർമങ്ങൾക്കും കർമങ്ങൾക്കും രൂപം കൊടുത്തിട്ടുണ്ടെങ്കിലും അവയെല്ലാം മാറ്റങ്ങൾക്കു വിധേയമാണെങ്കിലും ഇന്ത്യയെപ്പോലുള്ള സമൂ

ഹങ്ങളിൽ പാരമ്പര്യ മൂല്യങ്ങൾ ഇന്നും ദൃഢമായി നിലനിൽക്കുന്നുണ്ട്. അതുപോലെത്തന്നെ, അടിസ്ഥാനപരമായി ഉൽപ്പാദനമേഖലകളിൽ കണ്ടുവരുന്ന മേധാവിത്വം/അടിമത്തം എന്നിവയിലൂന്നിക്കൊണ്ടുതന്നെയാണ് തൊഴിൽവിഭജനവും നടക്കുന്നത്. അതോടൊപ്പം വർണവ്യവസ്ഥ, ജാതീയത അതുമായി ബന്ധപ്പെട്ട പ്രത്യയശാസ്ത്രങ്ങൾ ഇവയെല്ലാം ലിംഗവിഭജനത്തെ ശാശ്വതീകരിക്കുകയും ചെയ്യുന്നുണ്ട്. ചില സമൂഹങ്ങളിൽ പക്ഷേ, ചില കാലഘട്ടത്തിൽ സ്ത്രീകൾ ഒട്ടും ജോലി ചെയ്യേണ്ടിവരാത്തപ്പോൾത്തന്നെ മറ്റുചില സമൂഹങ്ങളിൽ സ്ത്രീകൾ അമിതാധ്വാനം ചെയ്യേണ്ടിവരുന്നു. ഉൽപ്പാദന മേഖലയോടൊപ്പം തന്നെ, ലൈംഗികത, പുനരുൽപ്പാദനം, അധ്വാനം എന്നിവയും ഇവയെക്കുറിച്ച് നിലനിൽക്കുന്ന ധാരണകളും ചേർന്നുണ്ടാവുന്നതാണ് ഒരു സമൂഹത്തിലെ ലിംഗപരമായ തൊഴിൽ വിഭജനം. ഇത് ചരിത്രത്തിൽ കാണുന്ന വസ്തുത കൂടിയാണ്. വീട്ടമ്മ എന്ന പ്രതിഭാസം മാറ്റങ്ങൾക്കുവിധേയമാണ്. ഒരു നൂറ്റാണ്ടു മുൻപുള്ള വീട്ടമ്മയല്ല, ഇന്നു നാം കാണുന്ന രീതിയിലുള്ള വീട്ടമ്മ. വീട്ടുജോലി, പാചകം, ശുശ്രൂപരിപാലനം എന്നിവയൊക്കെത്തന്നെയാണ് അന്നും ചെയ്തിരുന്നതെങ്കിലും, ഉൽപ്പാദനരീതിയിൽ, കുടുംബത്തിൽ സമൂഹത്തിൽ ഒക്കെ മാറ്റങ്ങൾ സംഭവിച്ചത്, വീട്ടമ്മയെ ബാധിക്കുന്നുണ്ട്, അവരുടെ അധ്വാനത്തെയും ബാധിക്കുന്നുണ്ട്. വീട്ടമ്മ അനുഭവിക്കേണ്ടിവരുന്ന മർദനങ്ങളും വിവേചനങ്ങളും മാറ്റമില്ലാതെ തുടരുകയും ചെയ്യുന്നുണ്ട്.

വീട്ടമ്മ – കാർഷികവ്യവസ്ഥയിൽ

കാർഷികവൃത്തിയിലധിഷ്ഠിതമായ സമ്പദ്ഘടനയിൽ സ്ത്രീകൾ വീട്ടമ്മമാരായിരുന്നപ്പോഴും, വീട്ടുജോലിക്ക് പുറമേ മറ്റുപല ജോലികളും ചെയ്തിരുന്നു. കാർഷിക കുടുംബങ്ങളിൽ പശുവും കാളയുമൊക്കെയുള്ളതിനാൽ ആലകൾ ഒഴിച്ചുകൂടാത്തതായിരുന്നു. ആല വൃത്തിയാക്കുക, പശുവിനെ കുളിപ്പിക്കുക, പശുവിന് വെള്ളവും വൈക്കോലും കൃത്യസമയത്ത് കൊടുക്കുക, പശുവിനെ കറക്കുക എന്നിങ്ങനെ പ്രവൃത്തികൾ ഉണ്ടായിരുന്നതുകൂടാതെ, പാൽവിറ്റു കിട്ടുന്ന പണം, വൈക്കോൽ/ചാണകം എന്നിവ വിറ്റുകിട്ടുന്ന പണം എന്നിങ്ങനെ സാമ്പത്തികമായി മിച്ചം വെക്കാൻ കഴിയുമായിരുന്നു. പലപ്പോഴും പാലും മോരും വിറ്റ കാശ് മക്കളുടെ പ്രസവത്തിനും, പ്രസവാനന്തര ശുശ്രൂഷയ്ക്കും ചിലവുകൾക്കുമായി അമ്മമാർ ഉപയോഗിച്ചിരുന്നു. ചാണകമുള്ളതിനാൽ വളം വിറ്റും, വളം ഉപയോഗിച്ച് പച്ചക്കറി കൃഷി നടത്തിയും ഉൽപ്പാദനത്തിൽ ഇടപെട്ടിരുന്നതായിക്കാണാം.

കാർഷികസമ്പദ്ഘടനയിലെ വീട്ടമ്മ ഒരു പൂർണസമയ വീട്ടമ്മയാ

ണെന്ന് പറയുവാൻ കഴിയില്ല. വീട് വിട്ട് പോകുന്നുണ്ടാവില്ല, പക്ഷേ, പൂർണമായും ആശ്രിതയല്ല, എന്നർഥം. വീട്ടിൽത്തന്നെയായതു കൊണ്ടാണ് ഇവ നോക്കി നടത്തിയിരുന്നത്. രാവിലെ എണീറ്റാൽ, രാത്രി കിടക്കുന്ന തുവരെ 'ചുമ്മാ' ഇരിക്കാൻ സമയമില്ലാതെ, പണിയെടുത്തു കൊണ്ടിരുന്നവരായിരുന്നു, അന്നത്തെ വീട്ടമ്മമാർ. പ്രവൃത്തി വിഭജനം അന്നും നിലനിന്നിരുന്നു. ഉദാ: കാര്യസ്ഥൻ എന്ന പണി പുരുഷന്മാർ മാത്രമെ ചെയ്തിരുന്നുള്ളു. 'വീട്ടുപണി' എന്നത് സ്ത്രീകൾ മാത്രമേ ചെയ്തിരുന്നുള്ളു. ഭൂമിയുടെ മേൽ അവകാശമുണ്ടായിരുന്നപ്പോഴും പലപ്പോഴും അതിന്റെ വിതരണ/വിനിമയത്തിൽ സ്ത്രീകൾക്കു പൊതുവേ പങ്കാളിത്തം കുറവായിരുന്നു. സ്ത്രീകൾ പലപ്പോഴും അലങ്കാരത്തിനായി ചില 'സ്ഥാന'ങ്ങൾ നിലനിർത്തിയിരുന്നതായി ചരിത്രം സൂചിപ്പിക്കുന്നു.

വളരെ രുചികരമായ ഒരു കറി:

തയാറാക്കുന്നവിധം

ഒരു ഹൃദയമെടുക്കുക.
നല്ലവണ്ണം കുതിർക്കുക
ഉപ്പ് ചേർക്കുക
ഇളക്കി നല്ലതുപോലെ യോജിപ്പിക്കുക
അടച്ച് വേവിക്കുക
ഭംഗിയുള്ള ചെത്തിയെടുത്ത വാക്കുകൾ തേനിൽ മുക്കി ചേർക്കുക
രണ്ടു നുള്ള് സ്നേഹം വിതറുക.
കടിച്ചുകീറൽ – 1
വലിച്ചെറിയൽ – 2
കണ്ണുരുട്ടൽ – 2
എന്നിവ ചേർത്തിളക്കുക.
ഹൃദയം നല്ലവണ്ണം മെരുക്കി വരട്ടിയെടുക്കുക.
സ്റ്റഫ് ചെയ്ത് മൃദുവാക്കുന്നതുവരെ
അങ്ങോട്ടുമിങ്ങോട്ടും ഉരുട്ടുക.
വെറുപ്പിന്റെ എസ്സൻസ് ചേർക്കുക.
ധാരാളമായി ഏകാന്തതയും ഒറ്റപ്പെടലും വിതറുക.
ചേർത്തിളക്കി വെക്കുക

വീട്ടമ്മ തയാർ!!!!!

ഷെർലി മോറിനോ (Shirley Moreno) എഴുതിയ ഇംഗ്ലീഷ് കവിതയുടെ അന്തഃസത്തയാണിത്.

വ്യവസായ വിപ്ലവത്തിന്റെ കാലം മുതൽക്കുതന്നെ വീട്ടമ്മ, കുടുംബിനി എന്നീ ധാരണകളെക്കുറിച്ചുള്ള ചർച്ചകൾ ബ്രിട്ടനിലും ഫ്രാൻ

സിലും മറ്റും നടന്നിരുന്നു. ഇന്നും ഏറെ ചർച്ച ചെയ്യപ്പെടുന്നതും മാറി വരുന്ന ലോകക്രമത്തിൽ ആശങ്ക ഉണ്ടാക്കുന്നതുമായ പ്രതിഭാസമായി വീട്ടമ്മവൽക്കരണം മാറിയിരിക്കുകയാണ്. ഇത്തരത്തിലുള്ള ആശങ്ക കൾക്ക് രണ്ട് കാരണങ്ങളാണുള്ളത്.

1. വീട്ടമ്മമാർ വർധിക്കുമ്പോൾ സ്ത്രീകളുടെ തൊഴിൽ പങ്കാളി ത്തനിരക്ക് ഗണ്യമായി കുറയും.

2. സ്ത്രീകളുടെ അധ്വാനശേഷി, കഴിവ്, അറിവ് എന്നിവ സാമൂ ഹ്യപരമായി ഉപയോഗിക്കപ്പെടുന്നില്ല.

കാർഷിക സമ്പദ്ഘടനെ നിലനിർത്തുന്നതിനായി സ്ത്രീകൾ സംഭാവന നൽകിയിരുന്നതായി ചരിത്രം സൂചിപ്പിക്കുന്നു. ഗവേഷകർ നടത്തിയ പഠനങ്ങളിലും സൂചിപ്പിക്കുന്ന വസ്തുത സ്ത്രീകൾ സജീവ മായിത്തന്നെ ഉൽപ്പാദനപ്രക്രിയയിൽ ഏർപ്പെട്ടിരുന്നു എന്നാണ്. കുടും ബവും കുടുംബവ്യവസായവും (Family & Domestic Industry) എന്ന പഠനത്തിൽ ആലീസ് ക്ലാർക്ക് പറയുന്നതിതാണ്.

> സ്ത്രീകൾ ഉൽപ്പാദനത്തിലും വിതരണത്തിലും പങ്കാളികളായി രുന്നു. പാൽ സംഭരണം, കന്നുകാലിവളർത്തൽ, പാലും വെണ്ണയും ചീസും വിൽപ്പനനടത്തൽ എന്നിവ സ്ത്രീകളുടെ നേതൃത്വത്തി ലായിരുന്നു. തുണിവ്യവസായത്തിൽ ലിനൽ, പട്ട്, കമ്പിളി വസ്ത്ര ങ്ങൾ എന്നിവയുടെ നിർമാണവും സ്ത്രീകളെ ആശ്രയിച്ചായിരു ന്നു. കുടുംബസമ്പദ് ഘടനയ്ക്ക് പുറമേ, സാമൂഹ്യസമ്പദ്ഘട നയ്ക്ക് പൂരിതമാകുന്ന രീതിയിൽ, ഗൃഹജോലി, ശിശുപരിപാലനം എന്നിവ കൂലികൂടാതെ സ്ത്രീകൾ ചെയ്തുവന്നിരുന്നു.

ഇംഗ്ലണ്ടിൽ ജൂബിത്ത് എം ബെന്നറ്റ് (Judith M. Bennett) നടത്തിയ പഠനത്തിൽ പറയുന്നത്, "സ്ത്രീകൾ 15-ാം നൂറ്റാണ്ടിൽ സ്വന്തമായി ബ്രൂപെറിസ് (Breveries) നടത്തിയിരുന്നു. ചോളം, ബാർലി എന്നിവയിൽ നിന്ന് ഇവ ഉൽപ്പാദിപ്പിച്ചത് കൂടാതെ, മൊത്തക്കച്ചവടവും ചില്ലറക്കച്ചവ ടവും പൂർണമായും സ്ത്രീകൾ ഏറ്റെടുത്ത് നടത്തിയിരുന്നു."

"Ale, Beer and Brewrters in england" എന്നതാണ് പഠനത്തിന്റെ പേര്. പഴയ ഗിൽഡുകൾ, പണിയാലകൾ, പഴയനാടൻ പാട്ടുകൾ, കാനേ ഷുമാരി കണക്കുകൾ, കുടുംബചരിത്രം, ആത്മകഥകൾ എന്നിവയുടെ സഹായത്തോടെയാണ് ഇവർ പഠനം നടത്തിയത്.

1292ൽ ഇംഗ്ലണ്ടിൽ മാത്രം 172 വ്യത്യസ്തമായ തൊഴിലുകളിൽ സ്ത്രീകൾ വ്യാപരിച്ചിരുന്നതായി മറ്റൊരു പഠനത്തിൽ പറയുന്നു (ലോർനാ ഡഫിൻ, ചാൾസ് ലിൻഡ്സീ എന്നിവരുടെ Woman and Work in Pre-Industrial England എന്നതാണ് പഠനം).

അച്ചുകളുണ്ടാക്കുന്ന കമ്മട്ടത്തൊഴിലാളികളായും, പലിശയ്ക്ക് കടം കൊടുക്കുന്നവരായും സ്ത്രീകൾ പണിയെടുക്കാറുണ്ടായിരുന്നതായി ഇംഗ്ലണ്ടിൽ നടത്തിയ പഠനം പറയുന്നു.

കേരളവും ഒട്ടം മോശമായിരുന്നില്ല. 1871ലെ കാനേഷുകുമാരി കണക്കുകൾ പറയുന്നത് 40 ശതമാനം സ്ത്രീകൾ തൊഴിൽ മേഖലയിലായിരുന്നു എന്നാണ്. മാത്രമല്ല, സ്ത്രീകളുടെ നേതൃത്വത്തിൽ നടത്തിയിരുന്ന ഡയറിഫാമുകൾ, അറവുശാലകൾ, നെയ്ത്തു കേന്ദ്രങ്ങൾ, കൽപ്പണി തലങ്ങൾ, കൊല്ലന്റെ ആലകൾ, ഈയം പൂശുന്ന കേന്ദ്രങ്ങൾ, വെള്ളി, സ്വർണാഭരണശാലകൾ, ഫാക്ടറികൾ എന്നിവ കാർഷികരംഗത്തിനു പുറമേയുള്ള സ്ത്രീകളുടെ തൊഴിൽ മേഖലകളായിരുന്നു എന്നാണ്.

ഈ മേഖലകളുടെയൊക്കെ പ്രത്യേകതയായി കാണുന്നത്, ഇവയെല്ലാം തന്നെ കുടുംബവുമായി, വീടുമായി ബന്ധപ്പെട്ടു നടത്തിയിരുന്ന ഗാർഹിക തൊഴിലുകളാണ്. കുടുംബസമ്പദ്ഘടനയും സാമൂഹ്യസമ്പദ്ഘടനയും പരസ്പരപൂരകമായിരുന്നു.

വ്യവസായവിപ്ലവത്തോടുകൂടി സ്ത്രീകൾ വർധിച്ച താൽപ്പര്യത്തോടെ, തൊഴിൽശക്തിയായി മാറി എന്ന് ചരിത്രം സൂചിപ്പിക്കുന്നുണ്ട്. മാർക്സിസ്റ്റ് ഫെമിനിസ്റ്റായ ഹെയ്‌ലീത്ത് സഫിയോട്ടി പറയുന്നത്, അത് വെറും തെറ്റിദ്ധാരണ മാത്രമാണ് എന്നാണ്. "വ്യവസായ വിപ്ലവം സ്ത്രീകളെ തൊഴിൽരംഗത്ത് വരുവാൻ സഹായിച്ചു എന്നത് ശരിവെക്കുമ്പോൾത്തന്നെ, വ്യവസായ വിപ്ലവത്തിന്റെ ഭാഗമായി മുതലാളിത്തം വളർന്നപ്പോൾ കുടുംബങ്ങളിൽ ചെയ്തു വന്നിരുന്ന ഉൽപ്പാദന പ്രവർത്തനങ്ങൾ വ്യവസായശാലകളിലേക്ക് മാറ്റുകയും സാമൂഹ്യഉൽപ്പാദനത്തിൽനിന്ന് പുറംതള്ളുകയുമാണ് ചെയ്തത്" ബ്രസീലിലെ സ്ത്രീകളുടെയിടയിൽ നടത്തിയ പഠനമാണാധാരമെങ്കിലും ആഗോളതലത്തിൽ നടന്ന പ്രതിഭാസത്തിന്റെ പ്രതിഫലനം തന്നെയായിരുന്നു, അത് എന്നു കാണാം.

വ്യവസായവിപ്ലവം വളരെ പ്രകടമായി, വ്യാപകമായിത്തന്നെ, സ്ത്രീകളുടെ 'വ്യക്തി' എന്ന നിലയിൽ ലഭിച്ചുകൊണ്ടിരുന്ന വേതനത്തെ 'കുടുംബവേതന'മാക്കി മാറ്റി, അത് പുരുഷന്മാർക്ക് കൊടുക്കുകയും 'സഹഉൽപ്പാദക' എന്ന സ്ഥാനത്തിൽനിന്ന് സ്ത്രീകളെ പുറംതള്ളുകയും ചെയ്തു. ഈ പ്രക്രിയയിലൂടെ, സ്ത്രീകളുടെ വീട്ടിനുള്ളിലെ അധ്വാനം മാത്രമായി ചുരുങ്ങി എന്നു മാത്രമല്ല, കുടുംബവേതനം കിട്ടിയിരുന്നതിനാൽ കുട്ടികൾ, ഭാര്യ എന്നിവർ 'ആശ്രിത'രായി പരിഗണിച്ചത് അംഗീകരിക്കേണ്ടിയും വന്നു എന്നതാണ്.

മുതലാളിത്തം എന്നത്, ഉൽപ്പാദന ഉപകരണങ്ങൾ സ്വന്തമായുള്ളവരും, അധ്വാനശേഷി വിൽക്കുന്നവരും തമ്മിലുള്ള വൈരുധ്യമാണ്.

തൊഴിലെടുക്കുന്നവർ വിൽക്കുന്ന അധ്വാനശേഷിക്ക് കൂലിയായിക്കിട്ടുന്ന വേതനം, അയാളുടെ/അവളുടെ ഉപഭോഗത്തിനായി ചെലവാക്കുന്നു. അയാൾ ഉൽപ്പാദിക്കുന്ന ഉൽപ്പന്നം അയാൾ തന്നെ പൈസ കൊടുത്തു വാങ്ങുന്ന രീതിയിൽ അന്യവൽക്കരണത്തിന് വിധേയമാവുന്നു. മുതലാളിത്തത്തിന്റെ മുഖമുദ്രയായ ചലക്കുൽപാദനം കാർഷികോൽപാദനത്തിൽ നിന്ന് വ്യത്യസ്തമാണ്. നേരിട്ടുൽപ്പാദനം, നേരിട്ടുപഭോഗം എന്നതാണ് കാർഷിക ഉൽപ്പാദനത്തിൽ. പക്ഷേ ചരക്കുൽപ്പാദനത്തിൽ, ഉപയോഗ മൂല്യവും വിനിമയമൂല്യവുമുണ്ട്. ഉപയോഗമൂല്യമില്ലെങ്കിൽ ഉൽപന്നം മുടങ്ങാച്ചരക്കാകും. അതേസമയംതന്നെ, ഉപയോഗമൂല്യമുള്ള എല്ലാ ഉല്പന്നത്തിന്നും വിനിമയ മൂല്യമുണ്ടായിക്കൊള്ളണമെന്നില്ല. ഉപയോഗ മൂല്യത്തെക്കാൾ വിനിമയമൂല്യമുള്ള ചരക്കുൽപ്പാദനം അതിന്റെ പാരമ്യത്തിലെത്തുന്ന അവസ്ഥയാണ് മുതലാളിത്തത്തിൽ സംജാതമാകുന്നത്.

മാനവചരിത്രത്തിൽത്തന്നെ, ഉൽപ്പാദനത്തിന്റെ ഭൂരിഭാഗം ചരക്കുൽപ്പാദനമായിട്ടുള്ള ആദ്യത്തെ സമൂഹം എന്നുതന്നെ മുതലാളിത്തത്തെ വിശേഷിപ്പിക്കാം. എങ്കിലും, ലളിതമായ ഉപയോഗമൂല്യമുള്ള രണ്ട് ഉൽപ്പാദനരീതികൾ ഇപ്പോഴും നിലവിലുണ്ട്.

1. കാർഷികോൽപ്പാദനം – കൃഷിക്കാർ അവരുടെ സമൂഹത്തിന്റെ ഉപഭോഗത്തിന്നുവേണ്ടി മാത്രം ഉൽപ്പാദിപ്പിക്കുന്ന കാർഷികോൽപ്പന്നങ്ങൾ നേരിട്ട് ഉപഭോഗം ചെയ്യുന്ന രീതി—ഇവിടെ വിനിമയ മൂല്യം ഇല്ല. പക്ഷേ, ആഗോളവൽക്കരണത്തോടെ ഈ മേഖലയിൽ രൂക്ഷമായ പ്രശ്നങ്ങൾ നിലനിൽക്കുന്നുണ്ട്.

2. കുടുംബത്തിലെ ഉപഭോഗത്തിനു വേണ്ടി നിർമിക്കുന്ന ഓരോ ചെറിയ വസ്തുക്കളും ഉപയോഗ മൂല്യമുള്ളവയാണ്. (വിനിമയമൂല്യമല്ല) പാചകം, തുന്നൽപ്പണി, ഇസ്തിരിയിടൽ, പ്രത്യേക അവസരങ്ങൾക്കുള്ള പാചകം എന്നിങ്ങനെ പലതും. ഇവയെല്ലാം ഉൽപ്പന്ന പ്രക്രിയകളാണ്, എന്നത്; ഇത് ചെയ്യുന്ന സ്ത്രീകൾപോലും തിരിച്ചറിയുന്നില്ല. അതുകൊണ്ടാണല്ലോ, 'എനിക്ക് ജോലിയൊന്നുമില്ല. വീട്ടമ്മയാണ്' എന്ന് സ്ഥിരമായി പറയാറുള്ളത്.

> ചരക്കുൽപ്പാദനത്തിന്റെ നിർമിതി ചിട്ടപ്പെടുത്തൽ എന്നതിലൂടെ കമ്പോളമാണ് ഉദാത്തമായത്. എന്നാൽ കമ്പോളത്തിലൂടെവേണം മാറ്റങ്ങളും പുരോഗതിയുമുണ്ടാവാൻ എന്നും സാമാന്യവൽക്കരിക്കുന്നത്, എന്തുകൊണ്ടാണെന്നോ? പുരുഷന്റെ അധ്വാനശേഷിയെ അയാൾ എങ്ങനെ സൃഷ്ടിച്ചെടുക്കുന്നു, വിനിയോഗിക്കുന്നു എന്നതിനെ അടിസ്ഥാനപ്പെടുത്തിയാണ് ഈ ചിട്ടപ്പെടുത്തൽ എന്നതുകൊണ്ടാണ്.

മെൻഡൽ എന്ന സാമൂഹ്യശാസ്ത്രജ്ഞൻ പറയുന്നതാണ്, മേൽപ്പറഞ്ഞ അഭിപ്രായം. ഈ നിർവചനം വളരെ പ്രസക്തമാണ്. ചരക്കുൽപ്പാദന സമൂഹത്തിലേക്കുള്ള പരിവർത്തനം പുരുഷന്മാരുടെ അധ്വാന ശേഷിയെ മാത്രം ആസ്പദമാക്കിയാണ്, രൂപകൽപ്പന ചെയ്തിരുന്നത്. ചരക്കുൽപ്പാദനത്തിലധിഷ്ഠിതമായ സമ്പദ്‌വ്യവസ്ഥ ഒരിക്കലും ഗാർഹികാധ്വാനത്തെ, ഗാർഹിക ഉൽപ്പാദനത്തെ യഥാർഥ അധ്വാനമായോ, യഥാർഥ ഉൽപ്പന്നമായോ അംഗീകരിക്കില്ല. വിപണിക്കും കമ്പോളത്തിനും പുറത്തായതുകൊണ്ട് തന്നെ, ഇത് പരിഗണനാർഹമല്ല. സ്വാഭാവികമായി ഇത്തരം പ്രവർത്തനങ്ങൾ ചെയ്യുന്നവർ ചരക്കുൽപ്പാദകരിൽ നിന്ന് വ്യത്യസ്തരായിരിക്കും. ഒരു പടി താഴ്ന്നവരും രണ്ടാം കിടക്കാരുമായിരിക്കും. "സ്ത്രീകൾ വീടും കുടുംബവുമായി ബന്ധപ്പെട്ട ലളിതമായ ഉപയോഗമൂല്യം മാത്രമുള്ള അധ്വാനത്തിൽ ഏർപ്പെട്ടിരിക്കുന്നവരാണ് എന്ന് നിർവചിക്കേണ്ടിവരും. പുരുഷന്മാർ ഈ അധ്വാനത്തിൽ പങ്കാളികളാകുന്നില്ല എന്നത് പ്രശ്നം കൂടുതൽ രൂക്ഷമാക്കുകയും പാർശ്വവൽക്കരണത്തിന്ന് ശക്തി കൂടുകയും ചെയ്യുന്നു.

സ്ത്രീകൾ ചരക്കുൽപ്പാദനത്തിൽ ചെറിയ തോതിലെങ്കിലും പങ്കെടുക്കുന്നുണ്ട്. സ്ത്രീകൾ ഈ രംഗത്ത് അധ്വാനിക്കുകയും പുരുഷന്മാർ പങ്കെടുക്കാതിരിക്കുകയും ചെയ്യുമ്പോൾ അധ്വാനത്തിന്റെ രീതിയിൽ, അധ്വാനത്തിന്റെ തോതിൽ, അധ്വാനത്തിന്റെ വേതനത്തിൽ വ്യത്യാസം പ്രകടമാവുന്നു. വിഭ്രമത്തിന് അടിമപ്പെട്ട ഒരു സമൂഹത്തിൽ സ്ത്രീകളുടെ അധ്വാനം എന്നത് പണമൂലധനത്തിന് പുറത്താകുന്നു എന്നർഥം. വേതനമില്ലാത്തതിനാൽ മൂല്യമില്ല എന്നാകുന്നു. മൂല്യമില്ലാത്ത, കൂലിയില്ലാതെ പണിയെടുക്കുന്ന ആശ്രിതയായി മാത്രം സ്ത്രീ പരിണമിക്കുന്നു. ആശ്രിതരായ ഭാര്യക്കും കുട്ടികൾക്കുമുൾപ്പെടെ ഭർത്താവിന്റെ വേതനം ക്രമീകരിച്ചിരിക്കുന്നത് രണ്ട് അധ്വാനശേഷിക്കുള്ള പ്രതിഫലമായിട്ടാണ് (Duel labour power) അതുകൊണ്ടു തന്നെ പുരുഷന്റെ വേതനം/കൂലി എന്നത് കുടുംബവേതനമായി കണക്കാക്കപ്പെടുന്നു. ഇതിലൂടെ സൃഷ്ടിച്ചെടുക്കുന്ന ആശയം,

പുരുഷൻ = അധ്വാനിക്കുന്നവൻ = കുടുംബം പോറ്റുന്നവൻ = സമ്പാദിക്കുന്നവൻ.

സ്ത്രീ = ആശ്രിത = സമ്പാദ്യമില്ലാത്തവൾ = വെറുതെയിരിക്കുന്നവൾ = സംരക്ഷണമാവശ്യമുള്ളവൾ എന്നിങ്ങനെയായി മാറുന്നു. ജൂലിയറ്റ് മിച്ചൽ (Juliet Mitehel) എന്ന പണ്ഡിത പറയുന്നു.

> അധ്വാനശേഷി കൊണ്ടാണ് സാമൂഹിക നിർമിതി സാധ്യമാകുന്നത്. വ്യവസായ സമൂഹത്തിൽ സ്ത്രീകളുടെ അധ്വാനം പാർശ്വവൽക്കരിക്കപ്പെട്ടതാണ്. ഉൽപ്പാദനരംഗത്തും സാമൂഹിക

വ്യവസ്ഥയിലും ഒരു വിപ്ലവം സൃഷ്ടിച്ചുകൊണ്ടേ, മാറ്റം ഉണ്ടാവുകയുള്ളൂ. ഇത്തരത്തിലൊരു വിപ്ലവത്തിന്റെ മുൻവിധിയായി മിച്ചൽ പറയുന്നത് 'സ്വകാര്യഉൽപ്പാദനമായ ഗാർഹികാധ്വാനത്തെ പൊതു ഉൽപ്പാദനമാക്കി' മാറ്റുക എന്നതാണ്."

സാമൂഹികവൽക്കരിക്കപ്പെട്ട 'പൊതു അടുക്കള' 'പൊതുശിശുകേന്ദ്രം' എന്ന രീതിയൊക്കെ സോവിയറ്റ് റഷ്യയിൽ നിലവിലുണ്ടായിരുന്നു. എന്നത് അംഗീകരിക്കുമ്പോൾത്തന്നെ, പൊതു ഉൽപ്പാദനമാക്കി മാറ്റുമ്പോൾ, പല ജോലികളും സ്ത്രീകൾ ചെയ്യുമ്പോൾ, കുറഞ്ഞകൂലി ലഭിക്കുന്നതും, ഏറെ അധ്വാനം വേണ്ടതുമായ മേഖലകളായി മാറുന്നു എന്നതും നമുക്ക് ബോധ്യപ്പെട്ടതാണ്. ഏറ്റവും നല്ല ഉദാഹരണം, വീട്ടുജോലി, അംഗനവാടി പ്രവർത്തനം എന്നിവ തന്നെയാണ്. അവിടെ അധ്വാനഭാരം വർധിക്കുകമാത്രമെ ചെയ്യുന്നുള്ളൂ. കൂടാതെ, ലിംഗാധിഷ്ഠിത തൊഴിൽ വിഭജനം എന്നത് മാറ്റമില്ലാതെ തുടരാനും സാധ്യതയുണ്ട്.

വ്യവസായപൂർവസമൂഹങ്ങളിൽ നിലനിന്നിരുന്ന കുടുംബ തൊഴിൽ, ചെറുസംരംഭങ്ങളായിരുന്നു എന്നു മാത്രമല്ല, രക്തബന്ധമുള്ളവരുടെ കൂട്ടായ്മയിലുള്ള സംരംഭങ്ങളായിരുന്നു. പരസ്പരവിശ്വാസത്തിലും അംഗീകാരത്തിലും, ആശ്രിതത്വത്തിലും നടത്തിയിരുന്ന ഈ സംരംഭങ്ങൾ മതപരവും, വിനോദപരവും ലൈംഗികപരവും, വിദ്യാഭ്യാസപരവുമായ ബന്ധങ്ങളിൽ അധിഷ്ഠിതമായ യൂണിറ്റുകളായിരുന്നു. ഇവർ ഉൽപാദിപ്പിച്ചിരുന്നത് ഉപയോഗമൂല്യമുള്ളവമാത്രമായിരുന്നു. എന്നാൽ ഈ ഉൽപ്പാദനരീതിയിലും സ്ത്രീകളുടെ അധ്വാനം മുതലാളിത്തത്തിലെന്നപോലെ ചൂഷണത്തിനുവിധേയമായിരുന്നു. ഇന്ന് നടക്കുന്നതുപോലെ, അമേരിക്കയിലെ ഐസ്ക്രീം കമ്പനിക്ക്, ഈയിടെ കേരളത്തിൽ വയനാട്ടിൽ വാനില ഉൽപ്പാദിപ്പിക്കുന്ന രീതിയല്ലായിരുന്നു. വിനിമയമൂല്യമുള്ള ഉൽപ്പന്നത്തിന് കാര്യക്ഷമതവർധിപ്പിക്കണം (quality). വ്യവസായവൽകൃത സമൂഹത്തിൽ വലിയ തോതിൽ ഉൽപ്പാദനം നടത്തുമ്പോൾ, പരസ്പരം കൂട്ടായ്മ/സഹായം/സ്നേഹം/അംഗീകാരം എന്നിവയ്ക്ക് 'പകരം' സാമ്പത്തിക ലാഭം മാത്രം ലക്ഷ്യമാക്കി മാറുമെന്നതിൽ സംശയമില്ല. അപമാനവീകരണം, ചൂഷണം എന്നിവ കൂടാതെ, ധനം വെട്ടിച്ചുരുക്കലിന്റെ ഭാഗമായി വേതനം കുറയ്ക്കുക, കൂടുതൽ കാര്യക്ഷമത കൈവരിക്കുക എന്ന രീതിയിൽ സ്ത്രീകളെ നിയമിക്കുക എന്നത് തന്ത്രപരമായിരുന്നു.

വേതനമില്ലാത്ത ആ അധ്വാനം സ്ത്രീകൾ ചെയ്യുന്നതുമൂലം ഉൽപ്പാദനോപാധികളുടെ ഉടമസ്ഥത കൈവശമുള്ളവർക്ക് വളരെ ലാഭകരമാണ്. മിനിമം വേജ് വ്യവസ്ഥയിൽ സ്ത്രീകൾ ചെയ്യുന്ന അധ്വാനത്തിന് കൂലികൊടുക്കുക എന്നത് സമ്പത്തിന്റെ പുനർവിതരണം ആവശ്യപ്പെ

ടുന്ന ഒന്നാണ്. 'ഇന്ന് കുടുംബത്തെ പോറ്റുക എന്നാൽ തൊഴിലാളികളുടെ മേലുള്ള നിഗൂഢമായ നികുതിയാണ്' – പുരുഷന്റെ കൂലിക്ക് രണ്ടു പേരുടെ തൊഴിൽശക്തിയുടെ വിലയുണ്ട് (പുരുഷന് 250 രൂപയും സ്ത്രീകൾക്ക് 175 രൂപയും കൂലി തിട്ടപ്പെടുത്തുമ്പോൾ ഇതേ കാഴ്ചപ്പാട് നിലനിൽക്കുന്നുണ്ടെങ്കിലും 250 രൂപ എന്നതും ഒരു കുടുംബത്തിനുള്ള മതിയായ കൂലിയല്ല എന്ന് തിരിച്ചറിയേണ്ടതുണ്ട്).

തൊഴിൽ അപൂർവമാകുന്ന സമയങ്ങളിൽ, അതായത്, വ്യവസായപൂർവസമൂഹം, രണ്ടുലോകമഹായുദ്ധങ്ങൾ എന്നീ സന്ദർഭങ്ങളിൽ സ്ത്രീകൾ തൊഴിൽ ഘടനയുടെ പ്രധാനപ്പെട്ട കണ്ണികളായിരുന്നു. പുത്തൻ മുതലാളിത്തത്തിൽ തൊഴിലിന് ആവശ്യകത കുറയുമ്പോൾ സ്ത്രീകൾ മിച്ച അധ്വാനശക്തിയായി മാറുന്നു. ഇവരുടെ ജീവിതത്തിന്റെ ഉത്തരവാദിത്വം ഭരണകൂടത്തിനല്ല, മറിച്ച് ഭർത്താവിനാണ്/അച്ഛനാണ്/സഹോദരനാണ് എന്ന് പുത്തൻ മുതലാളിത്തം പറയുന്നു. ഭക്ഷ്യസുരക്ഷയുടെ പ്രശ്നവും മറ്റും ഇതിന്റെ ഉത്തമോദാഹരണമാണ്. ഇത്തരം സന്ദർഭങ്ങളിൽ 'കുടുംബം' 'കുടുംബിനി' എന്നിവ പ്രത്യക്ഷപ്പെടുകയും കമ്പോള സമ്പദ്ഘടനയ്ക്ക് പുറത്ത് മാറ്റി നിർത്തുവാനായി സ്ത്രീകളുടെ അധ്വാനശക്തിയെ കുടുംബത്തിനകത്ത് തളച്ചിടാൻ ശ്രമിക്കുകയും ചെയ്യുന്നു എന്നതാണ് ആഗോളീകരണം കാണിച്ചുതരുന്ന പുതിയ പാത.

12

വീട്ടമ്മയും കേരള സമൂഹവും

"One of the things about equality is not just that you be treated equally to a man, but that you treat yourself equally to the way you treat a man."

(Marlo Thomas)

ഒരു ദിവസം വൈകുന്നേരം ഒരു കൃഷിക്കാരനും അയാളുടെ ഭാര്യയും തമ്മിൽ, സ്ത്രീക്കോ, പുരുഷനോ ആർക്കാണ് അധികം വേല എന്നൊരു തർക്കമുണ്ടായി. പുരുഷന്മാർക്കുള്ള ജോലിയാണ് അധികമെന്നു കൃഷിക്കാരനും അതല്ല, സ്ത്രീകളുടെ ജോലിയാണ് അധികമെന്ന് ഭാര്യയും.

ഗൃഹഭരണത്തിൽ ഒരേസമയത്ത് പല വിഷയങ്ങളിലും ശ്രദ്ധിക്കേണ്ടതുണ്ട്. പുരുഷന്മാരുടെ ജോലിക്ക് അത്രയും കുഴപ്പമില്ല. അവർക്ക് ഒരു ജോലിചെയ്യുമ്പോൾ അതിൽമാത്രം ശ്രദ്ധിച്ചാൽ മതിയാകും എന്ന് ഭാര്യയും തർക്കിച്ച് ഒടുവിൽ പരീക്ഷിച്ച് അറിയാൻ തന്നെ തീർച്ചപ്പെടുത്തി. അടുത്തദിവസം, ഭർത്താവ് ഗൃഹജോലികൾ വഹിച്ചുകൊള്ളാമെന്ന് സമ്മതിച്ച് ഭാര്യയെ വയലിലേക്ക് അയച്ചു. ആ സ്ത്രീ പോകുന്ന സമയം.

'കുഞ്ഞിനെ കരയിക്കരുത്'

'തൈരു കലക്കണം'

'കോഴിക്കുഞ്ഞുങ്ങളെ സൂക്ഷിക്കണം'

'നെല്ലുക്കുത്തിയിട്ടുവേണം അരിവെക്കാൻ'
എന്നിങ്ങനെ കാര്യങ്ങൾ പറഞ്ഞിട്ട് പോവുകയും ചെയ്തു. കൃഷിക്കാരൻ കോഴികളെയെല്ലാം കൂട്ടിക്കെട്ടിയിട്ടു. കുഞ്ഞ് കരയാതിരിക്കാൻ തൊട്ടിയുടെ കയർ കയ്യിൽ കെട്ടിക്കൊണ്ട് തൈരു കലക്കാൻ ആരംഭിച്ചു. അപ്പോൾ ഒരു പരുന്ത് വന്ന് കോഴിക്കുഞ്ഞിനെ റാഞ്ചിക്കൊണ്ടുപോകുവാൻ തുടങ്ങിയപ്പോൾ, എല്ലാം കൂടി മേൽപ്പോട്ട് പൊങ്ങി നിലവിളിച്ചു തുടങ്ങി. കൃഷിക്കാരൻ പെട്ടെന്ന് ഓടിയപ്പോൾ തൊട്ടി മറിഞ്ഞു. കുഞ്ഞ് താഴെ വീണു. തൈരിൻ കലവും, ഉടഞ്ഞു. തിരിച്ച് വന്നു നോക്കിയപ്പോൾ തൈര് നിലത്ത് ഓളം തല്ലുന്നു. കുഞ്ഞ് പിടഞ്ഞ് കരയുന്നു, 'ഗ്രഹപ്പിഴയായല്ലോ' എന്നു കരുതി, കുഞ്ഞിനെ എടുത്തു. എത്ര പണിപ്പെട്ടിട്ടും അതിന്റെ കരച്ചിൽ നിൽക്കാതെയായപ്പോൾ, ഈ തർക്കത്തിനൊന്നും പോകാതെ മിണ്ടാതെ വയലിൽത്തന്നെ പോയാമതിയായിരുന്നു, ഇപ്പോൾ ഇതാ ഉള്ള തൈരും കളഞ്ഞു. കലവും ഉടച്ചു, നെല്ലും കുത്തിയില്ല, കുഞ്ഞിനെ വേദനിപ്പിക്കുകയും ചെയ്തു. ഇങ്ങനെ വിചാരമഗ്നനായിരുന്ന സമയം, ഭാര്യ, വയലിലെ പണി എടുത്ത് വന്ന് വീട്ടിലെ സംഗതികൾ മനസിലാക്കി. ആ സാധ്വി തന്റെ വാദം ജയിച്ചതിൽ തെല്ലും ഗർവിഷ്ഠയാകാതെ, ഇപ്രകാരമുള്ള ഗൃഹകൃത്യങ്ങൾ സാധിച്ചുകൊണ്ടാണ് സ്ത്രീകൾ പുരുഷന്മാരുടെ ഹിതാനുവർത്തനത്തിൽ തൽപ്പരരായി കഴിച്ചുകൂട്ടുന്നത് എന്നു പറഞ്ഞിട്ട് ഗൃഹജോലികൾക്കായി പോവുകയും ചെയ്തു. പുരുഷന്മാരുടെയെല്ലാം ജോലികൾ നിസാരമാണെന്നും, സ്ത്രീകളുടെത് അസാധ്യമാണെന്നും എനിക്ക് അഭിപ്രായമുള്ളതായി ഇതിൽനിന്നാരും ധരിക്കരുത്.

(*സ്ത്രീകളും സമുദായവും* എന്ന ലേഖനം 1917ലെ *ലക്ഷ്മീഭായി* എന്ന വനിതാ മാസികയിൽ അച്ചടിച്ചിരുന്നതിന്റെ പകർപ്പാണ് മേലുദ്ധരിച്ചത്. അവസാനത്തെ പേജ് നഷ്ടപ്പെട്ടതിനാൽ ലേഖികയുടെ പേര് കണ്ടെത്താൻ കഴിഞ്ഞില്ല. പെരുന്ന ബാലികാസമാജത്തിൽ വായിച്ചതാണ് എന്ന് തുടക്കത്തിൽ കൊടുത്തിരിക്കുന്നു.)

ഗാർഹികാധ്വാനത്തെക്കുറിച്ചുള്ള ചർച്ചകൾ, കേരളത്തിലും 1917 കാലഘട്ടത്തിൽ നടന്നിരുന്നു എന്നാണ് നാം ധരിക്കേണ്ടത്. കേരള കുടുംബങ്ങളിലെ ഗാർഹികാധ്വാനത്തിന് മറ്റു സംസ്ഥാനങ്ങളിൽ നിന്ന് വ്യത്യസ്തമായ രീതിയുണ്ടായിരുന്നു.

കേരള ഗ്രാമങ്ങൾ, ഉത്തരേന്ത്യയിലേതുപോലെ സംഘമായ ഗ്രാമങ്ങളല്ല (group villages). അതായത്, ഒരു വയൽ പ്രദേശത്തെ കേന്ദ്രീകരിച്ച് ഒരു കൂട്ടം വീടുകൾ ഉണ്ടായിരിക്കും. ഇതാണ് സംഘഗ്രാമങ്ങൾ. മതിലോ, വേലിയോ കൊണ്ട് തിരിക്കാത്ത വീടുകൾ—ആ വീടുകൾക്ക്

ആവശ്യമായ പച്ചക്കറി, പലചരക്ക് എന്നിവ ലഭ്യമായ ഒരു ചെറിയ മാർക്കറ്റ് ഇതിന്റെ പരിധിയിൽത്തന്നെ ഉണ്ടായിരിക്കും. കൂടാതെ കൊല്ലൻ, തട്ടാൻ, ആശാരി എന്നിങ്ങനെ അത്യാവശ്യ പണിക്കുള്ള ആൾക്കാരും ഗ്രാമത്തിൽ കാണും. ആ പാടശേഖരത്തിൽ പണിയെടുക്കുന്ന പണിക്കാരും ജന്മിയും കൂടിയാണ് ആ ഗ്രാമസമുച്ചയത്തിൽ ജീവിക്കുക. അടുത്ത പാടശേഖരത്തിന്ന് അതേമാതിരി മറ്റൊരു ഗ്രാമസമുച്ചയമുണ്ടാകും.

എന്നാൽ കേരളത്തിൽ ഇത്തരത്തിലുള്ള ഗ്രാമസമുച്ചയങ്ങളല്ല, മറിച്ച് ഒരു വലിയ പറമ്പിൽ ഒരു വീട്, പറമ്പിന്റെ മൂലയിൽ അടിയാളർ എന്നിങ്ങനെയായിരുന്നു. അതുകൊണ്ടുതന്നെ ഗൃഹവുമായി ബന്ധപ്പെട്ട പണികൾ കൂടുതലായിരുന്നു. കാർഷിക കുടുംബങ്ങൾ പൊതുവെ സ്വാശ്രയ കുടുംബങ്ങളായിരുന്നു. കാളയ്ക്കും വണ്ടിക്കും പുറമേ, പശുവളർത്തൽ, കോഴിവളർത്തൽ, പച്ചക്കറി, വിറകു കീറൽ എന്നിങ്ങനെ മാർക്കറ്റിനെ ആശ്രയിക്കാത്ത ഉപഭോഗ രീതിയായതുകൊണ്ടുതന്നെ, തിരക്കൊഴിഞ്ഞ സമയം ഉണ്ടാവില്ല. എണ്ണത്തിൽ കൂടുതലുള്ള കുടുംബങ്ങളായതിനാൽ, ഓരോ വിഭാഗത്തിനും, കുട്ടികൾ മുതലുള്ളവർക്ക് ഓരോ പ്രവൃത്തി വിഭജനം ഉണ്ടായിരുന്നു. പുറംപണികൾ പുരുഷന്മാർക്ക് (ഭൂനികുതി, വീട്ടുനികുതി, വയലിലെ കാര്യങ്ങൾ, പണിക്കാരുടെ സൂപ്പർവിഷൻ, കൃഷിഭവനിലേക്കുപോയി വിവരം ശേഖരിക്കൽ എന്നിങ്ങനെ) സ്ത്രീകൾക്ക് അടുക്കള, ഗൃഹഭരണം (പൂജാകർമാദികൾ, ശ്രാദ്ധദിവസം, പിറന്നാൾ, ഓണം, വിഷു എന്നിങ്ങനെയുള്ള വിശേഷ ദിവസങ്ങളിലെ ഒരുക്കം, പാചകത്തിലുപരി, വിളമ്പലും എല്ലാവരും ആഹരിച്ചു എന്നുറപ്പുവരുത്തൽ, അടുക്കള ജോലിക്കാരുടെ സൂപ്പർവിഷൻ എന്നിങ്ങനെ) കുട്ടികൾ, പൂപറിക്കുക, തേങ്ങ പൊളിക്കുക, മുറ്റം വൃത്തിയാക്കുക, പൂജാസാമഗ്രികൾ ശരിയാക്കുക, ചെറിയ കുട്ടികളെ നോക്കുക, എന്നിങ്ങനെ വയസായവർക്ക്, ആരോഗ്യമുള്ള സ്ത്രീകൾ, പൂജാകർമാദികൾ, പുസ്തകപാരായണം, അത്യാവശ്യം അടുക്കളയിൽ സഹായിക്കൽ, കുട്ടികളെ നോക്കൽ, എന്നിങ്ങനെയും, പുരുഷന്മാർ, മൊത്തം മേൽനോട്ടം എന്ന രീതിയിൽ കാരണവരായിരിക്കുകയും ചെയ്തുകൊണ്ട് എല്ലാ പ്രായക്കാർക്കും ഓരോതരം ജോലികളുണ്ടായിരുന്നു. ഇന്നത്തേതുപോലെ സാങ്കേതിക വിദ്യ അടുക്കളയിൽ കടന്നു കൂടാത്തതിനാൽ, അരവ്, ചതയ്ക്കൽ, ഇടിക്കൽ, മുറിക്കൽ എന്നീ 'ക്രൂര' കർമങ്ങൾ ചെയ്തു കൊണ്ടുതന്നെ സമയമില്ലാത്ത രീതിയിൽ സ്ത്രീകൾ തിരക്കിലായിരുന്നു.

പ്രതീക്ഷിക്കാതെ വിരുന്നുകാർ വന്നപ്പോൾ, ഇരുട്ടത്ത് അരിവാളുമെടുത്ത് പാടത്ത് നിന്ന് നെല്ലറുത്ത്, പുഴുങ്ങി, കുത്തി അരിയാക്കി ചോറുണ്ടാക്കുന്ന കാരൂരിന്റെ കഥാപാത്രങ്ങളുണ്ട്. ഇവർ ഇത്തരത്തിലുള്ള ജീവിതരീതി വിളിച്ചുപറയുന്നവരാണ്. എങ്കിലും, അടിയാളർ പുറംപണി നോക്കുമ്പോഴും അരിപ്പൊടി, നെല്ല്, അവിൽ, മലർ, ശർക്കര, അച്ചാറു

കൾ, കൊണ്ടാട്ടം എന്നിങ്ങനെ പലതും ഉണ്ടാക്കിവെക്കാനും, സംഭരിച്ചുവെക്കാനും അത്യധ്വാനം ആവശ്യമായിരുന്നു. കൂടാതെ കേരളത്തിന്റെ പാചകവും വളരെ വിഭവസമൃദ്ധവും സമയം എടുത്ത് ചെയ്യേണ്ടതുമാണ്. പുറംപണിക്ക് കാര്യസ്ഥനുണ്ടെങ്കിലും, പുരുഷന്മാരും കൂടിച്ചേർന്നാണ്, പുറംപണികൾ ശ്രദ്ധിച്ചിരുന്നത്. പുറംപണി, ഒരിക്കലും സ്ത്രീകൾക്ക് സ്വീകാര്യമായിരുന്നില്ല. (അതായത്, ഇന്നത്തെ സ്ത്രീ, ആഫീസിൽ നിന്ന് അല്ലെങ്കിൽ സ്കൂളിൽ നിന്ന് വരുന്നവഴിക്ക് പച്ചക്കറി, മീൻ, സ്റ്റോറിലെ സാധനങ്ങൾ എന്നിങ്ങനെയും പോകുന്ന വഴിക്ക്, ടെലഫോൺ ബിൽ, ഗ്യാസ്, ഇലക്ട്രിക് ബിൽ എന്നിവയും അടച്ചിട്ട് പോകുന്നതുപോലുള്ള ബുദ്ധിമുട്ടുകൾ അന്നുണ്ടായിരുന്നില്ല എന്നർഥം)

വീട്ടമ്മയായ പല സ്ത്രീകളും ഇന്നും ഇത്തരം പൊതു ഇടങ്ങൾക്ക് (കടകൾപോലും) പോകാത്തവർ ധാരാളമുണ്ട്. ഇത്തരത്തിലുള്ള 'പൊതു ഇടങ്ങൾ' സ്ത്രീകൾക്ക് 'അന്യ'മായിരുന്നു എന്നുവേണം കരുതാൻ. അത്തരത്തിൽ പൊതു ഇടങ്ങളിൽ കാണുന്ന സ്ത്രീയെ 'അന്തസ്സ് കുറഞ്ഞ'വളായും ചീത്തസ്ത്രീയായും കണ്ടിരുന്നു.

ഇതൊക്കെത്തന്നെ മധ്യവർഗ സ്ത്രീകളെ സംബന്ധിച്ചതാണ്. തൊഴിലാളി സ്ത്രീകൾക്കിതൊന്നും ബാധകമായിരുന്നില്ല. എങ്കിലും വീട്ടുജോലി ചെയ്തുവെച്ചിട്ട് തന്നെയാണവരും വയലിലേക്ക് പൊയ്ക്കൊണ്ടിരുന്നത്. ഇത്തരത്തിലുള്ള 'അന്തസി'ന്റെയോ, 'ആഭിജാത്യത്തിന്റെയോ പ്രശ്നം അവരെ അലട്ടിയിരുന്നില്ല. എന്നു മാത്രമല്ല, പൂർണമായ 'വീട്ടമ്മ' മധ്യവർഗത്തിന്റെ പ്രത്യേകതയുമാണ്.

വിദ്യാഭ്യാസം ലഭിച്ചതോടെയാണ് സ്ത്രീകൾ ഗാർഹികാധ്വാനത്തിന്റെ ഇരട്ടത്താപ്പുനയം തിരിച്ചറിയുന്നത്. വിദ്യാഭ്യാസം അന്നത്തെ അവസ്ഥയിൽ സ്ത്രീകളെ സംബന്ധിച്ചിടത്തോളം സ്വാതന്ത്ര്യത്തിന്റെയും മോചനത്തിന്റെയും ആദ്യപടിയായിരുന്നു. സ്ത്രീകൾ എന്ത് പഠിക്കണം, എത്ര പഠിക്കണം, എന്നതിനെക്കുറിച്ചുള്ള ചർച്ചകൾ അന്നത്തെ വനിതാ മാസികകളിൽ തുടർച്ചയായി പ്രസിദ്ധീകരിച്ചിരുന്നു. സ്ത്രീകളും പുരുഷന്മാരും ഇത്തരം ചർച്ചകളിൽ പങ്കെടുത്തിട്ടുണ്ട്. എന്താണ് പഠിക്കേണ്ടത് എന്നതിനെക്കുറിച്ചു മാത്രമെ അഭിപ്രായവ്യത്യാസമുണ്ടായിരുന്നുള്ളൂ. എന്തിനുവേണ്ടി എന്നത് സ്ത്രീകളെയും പുരുഷന്മാരെയും സംബന്ധിച്ച് വളരെ കൃത്യവും വ്യക്തവുമായിരുന്നു. 'ഉദ്യോഗം ഭരിക്കാനല്ല, വീട് ഭരിക്കാനാണ്' 'കുഞ്ഞുങ്ങളെ നല്ല രീതിയിൽ വളർത്താനാണ്' എന്ന സന്ദേശം, ഉടനീളം കാണുവാൻ കഴിയും. സ്ത്രീകളുടെ 'ഗൃഹനായിക' 'വീട്ടമ്മ' എന്നീ ധാരണകൾ മുറുകെ പിടിച്ചുകൊണ്ടാണ് അന്നത്തെ ചർച്ചകൾ മുഴുവനും നടന്നത്.

> സ്ത്രീകൾ 6 വയസിനുമേൽ പുസ്തകപാഠത്തെ ആരംഭിക്കണം. വായിക്കുന്ന പുസ്തകങ്ങൾ സ്വഭാഷയിലോ, സംസ്കൃതത്തിലോ

ആവാം. അല്ലാതെ വിദേശഭാഷാമയമാവാൻ പാടില്ല. വായിപ്പാൻ ഈ രണ്ടു മണിക്കൂറും വായിച്ചതിനുശേഷം, അനുസന്ധാനം ചെയ്യാൻ മൂന്നുമണിക്കൂറുമായി പ്രതിദിനം അഞ്ചുമണിക്കൂർ സമയം വിദ്യാഭ്യാസത്തെ സംബന്ധിച്ച കാര്യങ്ങൾക്കായി ചിലവ് ചെയ്യണം. അല്ലാതെ പുരുഷന്മാരെപ്പോലെ പുസ്തകം വായിക്കാൻ മാത്രമായി അഞ്ചാറു മണിക്കൂർ സമയം വിനിയോഗിക്കരുത്. ബാക്കിയുള്ള ഏഴുമണിക്കൂർ സമയത്തെ അവർക്ക് ഗൃഹതന്ത്രത്തിൽ സഹായിപ്പാനും സ്നാനഭോജനാദികൾ ചെയ്യാനും, സൈ്വരവിഹാരത്തിനുമായി ഉപയോഗിക്കാം. അവർക്ക് ആവശ്യം പഠിക്കേണ്ടതായ വിഷയങ്ങൾ, മതാചാരം, ഇതിഹാസകഥ, ഇന്ത്യാചരിത്രം, ഗ്രഹങ്ങളെയും നക്ഷത്രങ്ങളെയും പറ്റിയ വ്യവഹാരം, ത്രൈരാശികംവരെയുള്ള കണക്ക്, സാധാരണ വൈദ്യം എന്നിവയാണ്.

ഈ വിഷയങ്ങളെ സൗകര്യംപോലെ അച്ഛനോ അമ്മയോ സഹോദരനോ പഠിപ്പിച്ചു കൊള്ളട്ടെ. അച്ഛനോ സഹാദരനോ ഇല്ലാത്തപക്ഷം, സ്കൂൾ ഏർപ്പെടുത്താവുന്നതാണ്. പക്ഷേ അതിലെ അധ്യാപകന്മാർ ഗുണവാന്മാരായിരിക്കണം. അതുപോലെ പെൺകുട്ടികൾ മതാചാരങ്ങളിൽ സമാനരായിരിക്കുകയും വേണം. ഋതുവാകുന്ന കാലം വരെ പുസ്തകങ്ങൾ പടിച്ച് സാമാന്യമായ വ്യുൽപ്പത്തി സമ്പാദിച്ചു കഴിഞ്ഞാൽ, അത്രമാത്രം കൊണ്ട് തൃപ്തിപ്പെട്ടിട്ടു കൂടി ബാലികമാർ ഗൃഹകാര്യങ്ങളിൽ ശ്ലാഘനീയമായ സാമർഥ്യം കാണിക്കുന്നതാണ്.

(കെ വാസുദേവൻ മൂസത് 1917–ലെ *ലക്ഷ്മീഭായി*യിൽ – *സ്ത്രീകൾ പഠിക്കേണ്ടത്* എന്ന ചർച്ചയിൽ പങ്കെടുത്ത് എഴുതിയതിലെ ഒരു പകുതിയാണിത്.)

അതേസമയം

ഭർതൃശുശ്രൂഷകാംക്ഷികളായിത്തന്നെ ഞങ്ങൾ സഭാവർത്തിക്കുന്നു എന്നിരിക്കട്ടെ. എന്നാലും ഇക്കാലത്ത് ഞങ്ങൾക്കുവേണ്ട അറിവ് സാവിത്രിയേയും സീതയേയും പാത്തുമ്മയേയും പറ്റിയല്ല. ഇവരൊന്നും ഞങ്ങളുടെ ഭർത്താക്കന്മാരുടെ സംഭാഷണങ്ങൾക്ക് വിഷയീകരിക്കുന്നില്ല. ഹോംറൂൾലീഗ്, ബാലഗംഗാധര ടിലാക്ക് (തിലകൻ എന്നല്ല അന്നെഴുതിയിരുന്നത്, കാരണം ഇംഗ്ലീഷിൽ Tilak എന്നെഴുതിയിരുന്നത് മലയാളത്തിൽ ടിലാക്ക് എന്നാണെഴുതിയിരിക്കുന്നത്.) പ്രൊഫസർ ബോസ്, രവീന്ദ്രനാഥ് ടാഗോർ, ഡിപ്രസ്ഡ് ക്ലാസ് മിഷൻ (Depressed Class Mission), വർണാശ്രമധർമം മുതലായവയാണ് സംഭാഷണ മുറിയിലേക്കുള്ള

> പാസ്പോർട്ടുകൾ. ഇത്തരം ഗൗരവമേറിയ വിഷയങ്ങളിൽ ഞങ്ങൾക്ക് ബുദ്ധിവൈഭവമില്ലെങ്കിൽക്കൂടി, അവരവരുടെ ഭർത്താക്കന്മാർ മേൽപ്പറഞ്ഞവപോലുള്ള ഗംഭീരസ്വരങ്ങൾ പുറപ്പെടുവിക്കുമ്പോൾ, ഇവ എന്തിനെപ്പറ്റിയാണെന്ന് പതിവ്രതമാരായ ഭാര്യമാർക്ക് ഒരു ഊഹമെങ്കിലും ഉണ്ടായിരിക്കേണ്ടായോ? ഞങ്ങൾക്ക് ഇല്ലാത്ത അറിവ് ഉണ്ടാക്കുകയും ഭാഷാ വൈപരീത്യംകൊണ്ട് ഞങ്ങൾക്ക് അസാധ്യമായി തീരുന്നിടത്ത് ഞങ്ങളെ സഹായിക്കുകയും ചെയ്യുന്നതിനുപകരം, അടിസ്ഥാനമില്ലാത്ത പഴയകഥകളും ഭാര്യയെ അടിച്ചുകൊല്ലുന്നതുകാണാൻ ക്ഷമയുള്ള പുരുഷ കേസരിയുടെ ധൈര്യവും ചില പലഹാരങ്ങളുടെ സ്വാദും മറ്റും വിസ്തരിച്ച് വിദ്വാന്മാരായ സഹോദരന്മാർ സമയം ചെലവഴിക്കുന്നത് ഉചിതമാണോ?"

എന്ന് ഇ രുഗ്മിണിയമ്മ, അടുത്തലക്കത്തിൽത്തന്നെ വാദിക്കുകയും ചെയ്യുമ്പോഴും, ഗാർഹികാധ്വാനം എന്നത് നൈരന്തര്യമായിത്തന്നെ കണ്ടിരുന്നു എന്നുമാത്രമല്ല, സ്ത്രീവിദ്യാഭ്യാസം അറിവ് വർധിപ്പിക്കാൻ, പരിഷ്കാരികളാവാൻ എന്ന രീതിയിൽ വ്യക്തിഗതമായ ഉയർച്ചയിലേക്ക് വിരൽ ചൂണ്ടിയിരുന്നു. കുടുംബത്തിന്റെ ഐശ്വര്യവും അന്തസ്സും കാത്തുസൂക്ഷിക്കുന്ന 'തറവാട്ടമ്മ' തന്നെയാണ് വിദ്യാഭ്യാസത്തിലൂടെ തന്നെ നേടണമെന്ന് ഊന്നിയിരുന്ന വിഷയവും. അതുകൊണ്ടുതന്നെ ഗാർഹികാധ്വാനം ബുദ്ധിമുട്ടുള്ളതാണെന്നോ, മടുപ്പിക്കുന്നതാണെന്നോ, ചർച്ചകൾ ഉണ്ടായില്ല. മറിച്ച് ഗാർഹികാധ്വാനത്തെ എങ്ങനെ മെച്ചപ്പെടുത്താം, ഏതു രീതിയിൽ വീട്ടമ്മയെ കൂടുതൽ പ്രാപ്തിയുള്ളവളാക്കാം—എന്ന ചർച്ചയായിരുന്നു—എങ്കിലും വിദ്യാഭ്യാസത്തെ ഇതിനുള്ള ചവിട്ടുപടിയായിത്തന്നെ കണ്ടിരുന്നു.

കൂട്ടുകുടുംബങ്ങളുടെ തകർച്ച, കേരള കുടുംബങ്ങളെ സംബന്ധിച്ചിടത്തോളം ഒരു നാഴികക്കല്ലായിരുന്നു. ആളോഹരിഭാഗവും, സ്വത്തുടമാവകാശവും, ഭൂപരിഷ്കരണനിയമവും എല്ലാം കേരളത്തിലെ വർഗസമൂഹത്തിന്റെ ഘടനയെത്തന്നെ മാറ്റി മറിക്കുന്നതായിരുന്നു. കിടപ്പാടമില്ലാത്ത കുപ്പമാടത്തിൽ കഴിഞ്ഞിരുന്ന തൊഴിലാളികൾക്ക് ലഭിച്ചത്, സ്വന്തം ഭൂമി മാത്രമല്ല, ജാതിശ്രേണിയില്ലാത്ത, തമ്പുരാക്കന്മാരില്ലാത്ത, പൊതു വിദ്യാഭ്യാസത്തിന്റെ കവാടങ്ങൾ തുറന്നിട്ട കേരള സമൂഹമായിരുന്നു.

അതേസമയം, വിദ്യാഭ്യാസം നേടിയ അഭ്യസ്ഥവിദ്യരായ അച്ഛൻ, അമ്മ, കുട്ടികൾ എന്ന രീതിയിലുള്ള അണുകുടുംബങ്ങൾ വളർന്നു വന്നതോടെ കാർഷികബന്ധത്തിലധിഷ്ഠിതമായ സാമ്പത്തിക മേഖലയിൽ മാറ്റം വന്നതോടെ, കേരളത്തിൽ മധ്യവർഗം വളർന്നുതുടങ്ങി. വളരെ

എളുപ്പത്തിലായിരുന്നു ഈ മാറ്റം. കഴിഞ്ഞ തലമുറയിൽ കർഷകത്തൊഴിലാളികളായിരുന്ന മാതാപിതാക്കളുടെ കുട്ടികൾ വിദ്യാഭ്യാസം ലഭിച്ച് തൊഴിൽ നേടിയതോടെ, അവരും തൊഴിലുള്ള സ്ത്രീയെ/ പുരുഷനെ വിവാഹം കഴിച്ചതോടെ, ആ കുടുംബം സാമ്പത്തികമായി മധ്യവർഗമായി മാറുന്ന പ്രക്രിയ കേരളം കഴിഞ്ഞ 50 വർഷങ്ങൾക്കിടയിൽ കണ്ടു. ഇതുയർത്തിയ 'മധ്യവർഗ സ്ത്രീ സങ്കൽപ്പം' വീട്ടമ്മവൽക്കരണത്തെ കൂടുതൽ സഹായിച്ചു.

13

അഴകിയ മധ്യവർഗസംസ്കാരം

"Feminism is the radical notion that women are people"

(Cheris Kramarae)

മധ്യവർഗത്തിന്റെ പ്രത്യേകതയെക്കുറിച്ചും എന്താണ് മധ്യവർഗ ബോധമെന്നതിനെക്കുറിച്ചും ധാരാളം ചർച്ചകൾ നടന്നിട്ടുണ്ട്, നടക്കുന്നുമുണ്ട്. ദീർഘ വീക്ഷണത്തോടു കൂടിത്തന്നെ മാർക്സ്, *കമ്യൂണിസ്റ്റ് മാനിഫെസ്റ്റോ*യിൽ 'പെറ്റി ബൂർഷ്വാ'യുടെ വിശേഷണങ്ങളെക്കുറിച്ച് പറയുന്നുണ്ട്. കൃത്യമായി ഒരു നിലപാടെടുക്കുക എന്നത് മധ്യവർഗസ്വഭാവമല്ല. അവർക്കത് സാധ്യമല്ല. അത് ജീവിതവീക്ഷണത്തെക്കുറിച്ചായാലും, രാഷ്ട്രീയ-പൊതുരംഗത്തെക്കുറിച്ചായാലും ഒരു ഉറച്ച നിലപാടെടുക്കാൻ മധ്യവർഗം ഒരിക്കലും തയാറാവില്ല. പെട്ടെന്ന് ചിലപ്പോൾ ചില നിലപാടുകളെടുത്തേക്കാം. പക്ഷേ അതിൽ ഉറച്ചു നിൽക്കാൻ അവർക്ക് കഴിയില്ല. പലപ്പോഴും ആടിക്കളിക്കുന്ന സ്വഭാവമാണ് – മതിലിലെ പൂച്ച പോലെയാണ്, അങ്ങോട്ടു ചാടണോ, ഇങ്ങോട്ടു ചാടണോ എന്ന സംശയമാണെപ്പോഴും. ചെയ്യുന്ന കാര്യത്തെക്കുറിച്ച് പൂർണമായ ബോധമോ, വിവരമോ ഇല്ലാതിരിക്കുക, അതുകൊണ്ടു തന്നെ തന്റെ നിലപാട്/തീരുമാനം ശരിയാണോ എന്നുറപ്പില്ലാത്ത ഒരുതരം വഴുതിക്കളിക്കുന്ന സ്വഭാവം.

ഈ സ്വഭാവം എല്ലാ രംഗങ്ങളിലും കാണാം, എങ്കിലും പ്രകടമായി കാണുന്നത് രാഷ്ട്രീയനിലപാടുകളിലും ജീവനക്കാരുടെ പ്രസ്ഥാനങ്ങളിലുമാണ്. പുരോഗമനവാദി എന്ന മുഖംമൂടി ധരിക്കുകയും, അവസര

ത്തിനൊത്ത് രാഷ്ട്രീയനിലപാടുകൾ മാറ്റുകയും ചെയ്യുവാൻ മധ്യവർഗ ത്തിന് അപാരമായ കഴിവുകൾ ഉണ്ട്. പ്രതിസന്ധിഘട്ടങ്ങളുണ്ടാവു മ്പോൾ മാത്രം, ആശ്രയിക്കുന്ന യൂണിയൻ അംഗത്വം—അത് സ്ഥലം മാറ്റത്തിനാവാം, പ്രമോഷനാവാം, പുതിയ തസ്തികകൾ സൃഷ്ടിച്ച്, അവിടെ കയറിക്കൂടാനാവാം, സ്ഥാനങ്ങൾ ലഭിക്കാനാവാം – ഇത്തര ത്തിലുള്ള വ്യക്തിപരമായ ആവശ്യങ്ങൾ കണക്കുകൂട്ടി മാത്രമെ മധ്യ വർഗം യൂണിയൻ പ്രവർത്തനം പോലും നടത്തുകയുള്ളൂ. അതിനുപറ്റുന്ന രാഷ്ട്രീയ അന്തരീക്ഷം തെരിഞ്ഞുപിടിച്ച് അവിടെ കയറാനും ഒട്ടും മടി യില്ലാത്തവരാണ്. കാരണം ഇവരെ സംബന്ധിച്ചിടത്തോളം ജീവിതം തന്നെ ഒരുതരം, കണക്കുകൂട്ടലുകളാണ്. അതിലുള്ള ലാഭനഷ്ടങ്ങൾ തീർ ച്ചപ്പെടുത്തിക്കൊണ്ടുമാത്രമെ ഏതൊരു സമരത്തിനോ, ആവശ്യത്തിനോ, അവരിറങ്ങാറുള്ളൂ. ഭാവിയിൽ ഉണ്ടാവുന്ന, ഉണ്ടായേക്കാവുന്ന വരും വരാ യ്മകൾ കണക്കിലെടുക്കുമ്പോഴും, അത് സാമ്പത്തികമായ കണക്കു കൂട്ടലുകൾ മാത്രമായിരിക്കും. പ്രതിസന്ധികളെ എങ്ങനെ നേരിടാമെന്ന ധാരണ പലപ്പോഴുമുണ്ടാവാറില്ല. ഇത്തരം ചിട്ടപ്പെടുത്തലുകളിൽ, പെൺകുട്ടികളുടെ സ്ത്രീധനത്തിനു വേണ്ടി, സ്വർണത്തിനു വേണ്ടി, പഠനത്തിനുവേണ്ടി, വീട് നിർമാണത്തിനുവേണ്ടി, രോഗചികിത്സയ്ക്കായി, ഇരുചക്ര/നാലുചക്ര വാഹനത്തിനായി – എന്നിങ്ങനെ വാങ്ങിച്ചു കൂട്ടുന്ന കടങ്ങളും – 'അഡ്ജസ്റ്റ്മെന്റ്'കളും എവിടെയെങ്കിലും പിഴച്ചുപോയാൽ, ആത്മഹത്യ അല്ലെങ്കിൽ മാനസികരോഗം എന്നതല്ലാതെ, മറ്റൊരു പോംവ ഴിയില്ലാത്ത രീതിയിലുള്ള തികച്ചും അശാസ്ത്രീയമായ കണക്കുകൂട്ട ലുകളാണ്. ഇതിനർഥം, ജീവനക്കാരെല്ലാവരുമങ്ങനെയാണെന്നല്ല; മറിച്ച്, അവർ ഉൾക്കൊള്ളുന്ന മധ്യവർഗത്തിന്റെ സ്വഭാവമാണ് സൂചിപ്പിച്ചത്.

മധ്യവർഗത്തിന്റെ മറ്റൊരു പ്രത്യേകതയായി മാർക്സ് സൂചിപ്പിക്കു ന്നത്, മറ്റെല്ലാ മാനുഷിക വികാരങ്ങൾക്കുമപ്പുറം, പണത്തിന് മുൻതൂക്കം കൊടുക്കുന്ന സ്വഭാവവിശേഷമാണ്. ഈ സ്വഭാവവിശേഷം മുതലാളി ത്തത്തിന്റെ വളർച്ചയുടെ വികാസത്തിന്റെ തോതുമായി ബന്ധപ്പെട്ടു കിട ക്കുന്നു. മുതലാളിത്തം, അതിന്റെ പൂർണ വളർച്ചയെത്തുന്നതോടെ, മൂല്യ ങ്ങൾക്കു മാറ്റം സംഭവിക്കുന്നതോടെ, കച്ചവടം – എന്തിനേയും കച്ചവട ച്ചരക്കാക്കുക – മനുഷ്യനെത്തന്നെയും – കുട്ടികളെ, കുട്ടികളുടെ സൗന്ദ ര്യത്തെ, ചുറുചുറുക്കിനെ, സ്ത്രീകളുടെ സൗന്ദര്യത്തെ, നഗ്നതയെ, പുരു ഷലൈംഗികതയെ എന്നല്ല, അധ്വാനത്തെ ഉൾപ്പെടെ വിൽപ്പനച്ചരക്കാക്കി അധഃപതിപ്പിക്കുന്ന രീതി മുതലാളിത്തം അതിന്റെ പാരമ്യത്തിലെത്തു മ്പോൾ നടക്കുന്നു. കച്ചവടം – ലാഭം – ചൂഷണം എന്ന രീതിയിലേക്ക് അതു മാറുകയും ചെയ്യുന്നു. ഇതേരീതിയിൽ പണം ഒരു ചരക്കായി മാറുകയും, അത് നേടിത്തരുന്ന സുഖങ്ങൾ, സൗകര്യങ്ങൾ എന്നിവ മനു ഷ്യത്വത്തിനും മാനുഷിക വികാര – വിചാരങ്ങൾക്കും വഴിമാറുകയും ചെയ്യുന്നു. അതുകൊണ്ടു തന്നെ ഏതു വിധേനയും – എത്ര വൃത്തി കെട്ട, അധഃപതിച്ച രീതിയിലെങ്കിലും പണമുണ്ടാക്കുക, അതു തരുന്ന

സുഖ–സൗകര്യങ്ങളോടു കൂടി ജീവിക്കുക എന്നത് ജീവിതശൈലിയായി മാറുന്നു.

ഇത്തരത്തിലുള്ള ജീവിതശൈലി ആഗ്രഹിക്കുകയും, അത് ഏത് വിധേനയും നേടിയെടുക്കാൻ ശ്രമിക്കുകയും ചെയ്യുന്ന മധ്യവർഗമാണ് ഇന്ന് കേരളത്തിൽ വർധിച്ചു വരുന്നത്. കഴിഞ്ഞ ലക്കം അവസാനം സൂചിപ്പിച്ചതു പോലെ, പെട്ടെന്ന് മധ്യവർഗമാകുവാൻ സഹായിക്കുന്ന പോലെ, പെട്ടെന്ന് മധ്യവർഗമാകുവാൻ സഹായിക്കുന്ന പല ഘടകങ്ങളും ഇന്ന് കേരളത്തിൽ അനുകൂലമായി നിലനിൽക്കുന്നു.

1. വിദ്യാഭ്യാസം നേടി, ഉയർന്ന ശമ്പളമുള്ളജോലി നേടി മധ്യവർഗമാകുന്നവർ.

2. കേരളത്തിൽ നിന്ന് പുറത്ത് ജോലി അന്വേഷിച്ചു പോയി കഠിനമായ തൊഴിലെടുത്ത് പണമുണ്ടാക്കി, തിരിച്ചുവന്നിട്ടുള്ള മധ്യവർഗം.

3. വിദ്യാഭ്യാസമോ കൃത്യമായ തൊഴിലോ ഇല്ലാതെ കൂലിക്കായി, പണത്തിനായി, ഏത് പ്രവൃത്തിയും ചെയ്ത് (കൂലിത്തല്ലാവാം, ക്വട്ടേഷൻ സംഘങ്ങളാവാം, ഏജന്റുമാരാകാം), മധ്യവർഗമാകുന്നവർ. പെട്ടെന്നുണ്ടാകുന്ന സമ്പത്ത് ഇവരുടെ പ്രത്യേകതയാണ്.

ഇങ്ങനെ പല രീതിയിൽ മധ്യവർഗമാകുന്നവർ ഇന്ന് കേരളത്തിലുണ്ട്. മേൽസൂചിപ്പിച്ചവയിൽ നിന്നു വ്യത്യസ്തമായി മറ്റൊരു വിഭാഗം അടുത്തകാലത്ത് ഉയർന്നുവന്നിരിക്കുന്നു – കേരളത്തിലങ്ങോളമിങ്ങോളം കണ്ടുവരുന്ന ബ്രോക്കർമാർ, ഏജന്റുമാർ, ദല്ലാളർ എല്ലാവരും ഈ നിരയിൽപ്പെടും. കേരളത്തിൽ ഇന്ന് പല കാര്യങ്ങളും തീരുമാനിക്കുന്നതിവരാണ്.

ഈ രീതിയിൽ വളർന്നുവരുന്ന മധ്യവർഗത്തിന്റെ മൂല്യങ്ങൾ മുൻപു സൂചിപ്പിച്ചപോലുള്ള 'സുഖകര'മായ ജീവിതമായി മാറുന്നു. പണം എന്ന ഉൽപ്പന്നം 'ഇനിയും ഇനിയും' നേടാനുള്ള ത്വരയിൽ, സ്വാശ്രയകോളേജുകളിലും ട്യൂഷൻ സെന്ററുകളിലും കുട്ടികളെ 'ശിക്ഷിപ്പിച്ച്' പഠനം നടത്തിച്ച്, (കേരളത്തിനകത്തും പുറത്തും) ജോലി വാങ്ങിപ്പിച്ച് ജീവിതനിലവാരം ഉയർത്താനുള്ള വ്യഗ്രത ഇന്ന് കേരളത്തിലെ മധ്യവർഗത്തിനുണ്ട്. 'നമ്മളോ ഒന്നുമായില്ല, മക്കളെയെങ്കിലും 'രക്ഷ'പ്പെടുത്താനുള്ള ശ്രമമാണ്' എന്ന ന്യായീകരണവുമുണ്ടാവും – രക്ഷപ്പെടുത്താൻ കഴിയാത്തവർ സ്വന്തം ബിസിനസിൽത്തന്നെ അവരെയും ചേർക്കുന്നു. ഇവർ പലപ്പോഴും തൊഴിലന്വേഷിച്ച് ചേക്കേറുന്നതും 'പുറത്തേ'ക്കു തന്നെ. നഴ്സിങിനു മാത്രമായി നടത്തുന്ന കോളേജുകളിൽ നിന്ന് പുറത്തുപോകുന്ന 'കേരളത്തിലെ നഴ്സുമാർ' ഇന്ന് ആഗോളതലത്തിലുണ്ട്. ശുശ്രൂഷാവ്യവസായം എന്ന രീതിയിൽ (Care Industry) ഒരു വിഭാഗം തന്നെയുണ്ടായിരിക്കയാണ്. പലരുടെയും സ്ഥിതി സുഖകരവുമല്ല. രാത്രി ഡ്യൂട്ടിയും, ഓ ടിയും എടുത്ത് പൈസ സമ്പാദിക്കുകയാണീ പാവങ്ങൾ. ഗൾഫിലേക്ക് 'കയറ്റി' അയക്കുന്ന വീട്ടുജോലിക്കാരുടെ കാര്യം ദിനം പ്രതിയെന്നോണം നാം കേൾക്കുന്നതുമാണ്.

ഇതിലൊക്കെ അടങ്ങിയിരിക്കുന്ന അംശം 'പണം' തരുന്ന മോഹങ്ങളാണ്. സെക്സ് റാക്കറ്റുകളിൽ പെൺകുട്ടികളെ കയറ്റി ഓരോരോ 'കസ്റ്റമറു'ടെ കയ്യിലെത്തിക്കുന്നതും. 'പണം' കളിപ്പിക്കുന്നതാണ്, ചാരിത്ര്യമോ, ജീവകാരുണ്യമോ, മനുഷ്യത്വമോ, ആത്മാഭിമാനമോ, ഒന്നും തന്നെ പകരം വെക്കാൻ കഴിയാത്ത രീതിയിൽ 'പണം' വളർന്നിരിക്കുന്നത് ഇന്നത്തെ ദാരുണമായ സ്ഥിതി വിശേഷമാണ്.

മധ്യവർഗത്തിന്റെ മറ്റൊരു 'വിശേഷ'ഗുണമായി കാണാറുള്ളത് കാപട്യമാണ്. പറയുന്ന കാര്യങ്ങളാവില്ല പ്രവർത്തിക്കുന്നത്. ഒരു സർവേ നടത്തുകയാണെങ്കിൽ, കൃത്യമായി മധ്യവർഗത്തിനറിയാം എന്തുത്തരമാണ് നൽകേണ്ടതെന്നത്.

നിങ്ങൾ ആഗോളവൽക്കരണത്തെ അനുകൂലിക്കുന്നുണ്ടോ, എന്നൊരു ചോദ്യം ചോദിച്ചാൽ:

ഇല്ലേ, ഇല്ല എന്നായിരിക്കും മറുപടി. ജീവിതരീതിയിൽ വരെ മാറ്റം വരുത്തിയത് ആഗോളവൽക്കരണമാണെന്നും, സംസ്കാരത്തെയും, ജീവിതമൂല്യത്തെയും, മാറ്റുന്നതു വരെ ആഗോളവൽക്കരണമാണെന്നും ഇങ്ങോട്ടു പറഞ്ഞുതരുമെന്നു മാത്രമല്ല ആഗോളവൽക്കരണം മൊത്തമായി തെറ്റാണ് എന്നു പ്രഖ്യാപിക്കും—അതേസമയം ഷെയർ മാർക്കറ്റിൽ ഇവർ പണം നിക്ഷേപിച്ച് സെൻസസ് സൂചികയ്ക്കൊപ്പം ശ്വാസം വലിക്കുകയും ചെയ്യുന്നു. പരോക്ഷമായി പലരും ആഗോളവൽക്കരണത്തെ പൂർണമായി അംഗീകരിക്കുകയും ഉൾക്കൊള്ളുകയും, പ്രോത്സാഹിപ്പിക്കുന്നവരുമാണ്.

സ്വാശ്രയ വിദ്യാഭ്യാസ സ്ഥാപനങ്ങൾക്കെതിരെ നടക്കുന്ന ധർണയിൽ ഇരുന്ന് മുദ്രാവാക്യം വിളിക്കുന്ന പല മധ്യവർഗവും, തങ്ങളുടെ കുട്ടികളെ സ്വാശ്രയകോളേജിലും സ്വകാര്യ സ്കൂളിലേക്കുമയക്കുന്നവരാണ്. വിമർശനാത്മക ബോധനശാസ്ത്രത്തെക്കുറിച്ച് ചർച്ചചെയ്യുന്നവർ, ഗവൺമെന്റ് സ്കൂളിലെ അധ്യാപകർ, തങ്ങളുടെ കുട്ടികളെ ഇംഗ്ലീഷ് മീഡിയത്തിൽ അയക്കുന്നതു കൂടാതെ, ഗവൺമെന്റ് സ്കൂളുകളിൽ "പഠനം മോശമാണ്" എന്നൊരു കമന്റും അടിക്കുന്നു (സ്വയം വിമർശനാത്മകമായിരിക്കണം).

സെക്കുലർ കേരളത്തിന് വേണ്ടി പ്രസംഗിക്കുന്നവർ, മിശ്രവിവാഹത്തെ പ്രോത്സാഹിപ്പിക്കണമെന്നു പറയുന്നവർ, തങ്ങളുടെ മക്കളെ 'ജാതി' 'മതം' 'വർഗം' നോക്കി, വിവാഹം കഴിച്ചുകൊടുക്കാനുദ്യമിക്കുന്നു.

വർഗീയതയ്ക്കെതിരെ ആഞ്ഞടിക്കുന്നവർ, ജനന - മരണ - വിവാഹച്ചടങ്ങുകൾ വളരെ കൃത്യമായി പുരോഹിതന്റെ സാന്നിധ്യത്തിൽ, ജാതിക്ക്/മതത്തിനനുസരിച്ച് നടത്തുന്നു.

തങ്ങളുടെ കുടുംബത്തിൽ ജനാധിപത്യമുണ്ട് എന്നു വിളിച്ചു പറയുന്ന മധ്യവർഗം, ജനാധിപത്യം നടപ്പാക്കുന്നത്, ഭാര്യക്കും മക്കൾക്കും 'സ്വാതന്ത്ര്യം' അനുവദിച്ചുകൊണ്ടാണ്. ഈ സ്വാതന്ത്ര്യം 'അനുവദനീയ'

മായ ബ്യൂട്ടി പാർലർ, സ്കൂളിലെ PTA മീറ്റിങ്, ഹെൽത്ത് ക്ലബ്ബ്, അമ്പലം, വിവാഹം, പാർട്ടി എന്നിവയിലൊതുങ്ങി നിൽക്കുകയും ചെയ്യും. സ്ത്രീകൾ പൊതുരംഗത്ത് എത്താത്തതിനെക്കുറിച്ച്, നേതൃത്വം ഏറ്റെടുക്കാത്തതിനെക്കുറിച്ച് കുറ്റപ്പെടുത്തുന്നതും ഇതേ ജനാധിപത്യവാദികൾ തന്നെ.

കുട്ടികളെ ചെറുപ്പം തൊട്ടേ 'വളർത്തുന്ന' ഇവർ, ഡോക്ടറും എഞ്ചിനീയറും, ഐ ടി വക്താക്കളും മാനേജ്മെന്റ് ബുദ്ധിജീവികളുമാവാനുള്ള 'ശിക്ഷണം' നൽകുകയും, അവന്റെ/അവളുടെ പഠിക്കാനുള്ള 'തെരഞ്ഞെടുപ്പു' പോലും, സ്വയം ഏറ്റെടുക്കുകയും, ട്യൂഷൻ സെന്റർ, അച്ചടക്കമുള്ള, സമരമില്ലാത്ത സ്കൂൾ എന്നിവ തെരഞ്ഞെടുക്കുകയും, അവകാശങ്ങൾ – എന്തിനധികം ചങ്ങാതിമാരെപ്പോലും തെരഞ്ഞെടുക്കാനുള്ള അവകാശം കുട്ടിക്ക് നിഷേധിക്കുകയും യാന്ത്രികമായി കുട്ടികളെ 'വളർത്തി' യെടുക്കുകയും ചെയ്യുന്നു.

കുട്ടികളുടെ സർഗാത്മകമായ കഴിവുകൾ പോലും ഒരു 'നേട്ട'ത്തിനു വേണ്ടി—സർട്ടിഫിക്കറ്റാവാം, കാഷ് അവാർഡ് ആവാം, കലാതിലകപ്പട്ടമാവാം, മാർക്കാവാം—മാത്രം ഉപയോഗിക്കപ്പെടുന്നതിൽ മാതാപിതാക്കൾ പ്രത്യേക താൽപ്പര്യമെടുക്കുന്നു. റിയാലിറ്റിഷോയിലും 'കഥ പറയുന്ന' രംഗങ്ങളിലും, അഭിമാനിതരാവുന്ന മാതാപിതാക്കൾക്കു പകരം, ആകാംക്ഷാഭരിതരായ, ടെൻഷനടിക്കുന്ന, വിയർപ്പുറ്റിക്കുന്ന മാതാപിതാക്കളെയാണ് നാം കാണുന്നത്. ഇത്തരത്തിലുള്ള കുട്ടികളുടെ സാംസ്കാരികമായ ആത്മാവിഷ്കാരത്തെപ്പോലും, 'മത്സരിപ്പി'ക്കുന്ന കലയാക്കി മാറ്റുകയും ആത്മവിശ്വാസം നേടുന്നതിനു പകരം കുട്ടികൾ 'എനിക്ക് വോട്ടു ചെയ്യണേ! എന്നെ വിജയിപ്പിക്കണേ! എന്നോട് കനിയണമേ! എനിക്കു വേണ്ടി പ്രാർഥിക്കണേ' എന്നു താണു കേഴുന്നരീതിയിലേക്ക് അധഃപതിപ്പിക്കുന്നത് നാം ദൈനംദിനമെന്നോണം കാണുന്നു. കുട്ടികളുടെ കഴിവിനെപ്പോലും അംഗീകരിക്കാതെ, അവരെ മുട്ടുകുത്തിച്ച്, യാചിപ്പിക്കുന്ന രീതി ഏത് സാംസ്കാരിക മൂല്യത്തെയാണ് ഉയർത്തിപ്പിടിക്കുന്നത് എന്നറിയുന്നില്ല. ഇത് തികച്ചും മധ്യവർഗ കച്ചവട സംസ്കാരമാണ്.

14

മധ്യവർഗത്തിന്റെ സ്വാതന്ത്ര്യസങ്കൽപ്പം

"When two people marry they became in the eyes of the law one person, and that one person is the husband"

(Shana Alexander)

മധ്യവർഗത്തിന്റെ 'സ്ത്രീസങ്കൽപ്പ'മെന്നത് വിദ്യാസമ്പന്നയായ, 'സുഖം' പകരുന്ന, ജീവിതം സന്തോഷകരമാക്കുന്ന, 'വിട്ടുവീഴ്ച'കൾക്ക് തയാറാവുന്ന, 'അച്ചടക്കമുള്ള' വീട്ടമ്മയാണ്. സെക്കന്ററി തലം വരെ പഠിച്ച വീട്ടമ്മമാരാണ് കേരളത്തിൽ ഭൂരിഭാഗമെന്നത്, 'കേരളം എങ്ങനെ ചിന്തിക്കുന്നു, എങ്ങനെ ജീവിക്കുന്നു' എന്ന കേരള ശാസ്ത്രസാഹിത്യ പരിഷത്തിന്റെ പഠനം വെളിപ്പെടുത്തുന്നു. വിദ്യാഭ്യാസം നിഷേധിക്കപ്പെട്ട കഴിഞ്ഞ തലമുറയിൽ നിന്നും, വിദ്യാഭ്യാസം നേടിയ, വിവേകബുദ്ധി യുള്ളവരായി നാം മാറിയിട്ടുണ്ട്. പക്ഷേ, കഴിഞ്ഞ തലമുറയിൽ നിന്ന് വ്യത്യസ്തമാണെന്ന് പറയുമ്പോൾ, നാം ധരിക്കാറുള്ളത്,

സാങ്കേതികമായ അർഥത്തിൽ അറിവ് വർധിപ്പിക്കുക അതിനുള്ള ഇന്റർനെറ്റ്, തുടങ്ങിയ പുതിയ സാങ്കേതികവിദ്യകളുപയോഗിച്ച് പുതിയ കാര്യങ്ങൾ പഠിക്കുക. പുതുയതായി വളർന്നു വികസിക്കുന്ന ജനിതക ശാസ്ത്രം, നാനോ ടെക്നോളജി പോലുള്ളവ—അത് സമൂഹ ഉന്നമന ത്തിനായി ഉപയോഗിക്കുക എന്നതൊക്കെയാണല്ലോ!

എന്നാൽ മധ്യവർഗത്തിന്റെ താൽപ്പര്യം 'ഡിക്ഷണറി'യിൽ പോലും കാണാത്ത 'ഇംഗ്ലീഷ്' വാക്കുകൾ പഠിക്കുക, വനിതാമാസികകളിൽ (കൊച്ചമ്മമാരുടെ വനിതാ മാസിക) നിന്ന് ഫാഷനും, കട്ടിംഗും, ആരോഗ്യ

വിദ്യാഭ്യാസവും നേടുക, പുതിയ പാചകരീതികൾ പഠിച്ച്, വീട് സുന്ദരമായി സൂക്ഷിക്കാൻ പഠിച്ച്, ഒരു 'സൂപ്പർ വുമൻ' ആവുക എന്നതാണ്. ഈ അറിവ് പലപ്പോഴും, 'കുടുംബം' 'സ്വകാര്യ ഇടം' എന്നിവയ്ക്കകത്ത് ഒതുങ്ങാനുള്ളതാവുകയും, പൊതുഇടം എന്നത്, പുരുഷൻ 'അനുവദിച്ച' സ്വാതന്ത്ര്യമുപയോഗിച്ച് അമ്പലം, പള്ളി എന്നിവക്കും 'ഉത്സവ'ങ്ങൾക്കും 'വിവാഹങ്ങൾ'ക്കും 'പാർട്ടി'കൾക്കും പോകുക എന്നതാണ്. ഇത്തരത്തിലുള്ള സാമൂഹ്യവിരുന്നുകൾ തെറ്റാണെന്നോ, പോകരുതെന്നോ അല്ല ഉദ്ദേശിക്കുന്നത്, മറിച്ച് ഇത്തരം സാമൂഹികവിരുന്നുകൾ പലപ്പോഴും, വ്യക്തിപരമായ, സ്വകാര്യ ഇടപാടായി മാറുന്നു. 'എന്നി'ലേക്കും എന്റെ കുടുംബത്തിലേക്കും ഒതുങ്ങുക എന്നതും, 'സമൂഹം', സാമൂഹിക പ്രശ്നങ്ങൾ എന്നത് അന്യഗ്രഹവസ്തുവിനെപ്പോലെ ലാഘവത്തോടുകൂടി കാണുക എന്നതുമായിരിക്കണം. വീടുകളിൽ ഇതിനെക്കുറിച്ചുള്ള സംവാദങ്ങൾ നടക്കേണ്ട ആവശ്യമില്ല എന്ന ധാരണയും ഇത്തരത്തിലുള്ള മധ്യവർഗ വീട്ടമ്മയെ വാർത്തെടുക്കാൻ മാധ്യമങ്ങൾ പ്രത്യേകിച്ചും വനിതാമാസികകളുടെ പങ്കും ചെറുതല്ല – *'പുടവ', 'വനിത' സത്യദൂതൻ 'ഗൃഹലക്ഷ്മി' 'മഹിളാരത്നം'* എന്നിങ്ങനെയുള്ള വനിതാ മാസികകളുടെ പേരുപോലെ ഉള്ളടക്കവും വ്യത്യസ്തമാണ്. പരസ്യ വനിതാമാസികകളിലെ ചിത്രങ്ങളും, പരസ്യങ്ങളും, ഉള്ളടക്കവുമെല്ലാം തന്നെ മധ്യവർഗത്തെ സൃഷ്ടിക്കുന്നതിൽ, അതാവാൻ കൊതിക്കുന്നവരെ നിർമിച്ചെടുക്കാൻ പര്യാപ്തമാണ്. അതേസമയം, ഇതേ 'സൂപ്പർവുമനാ'വുന്ന വീട്ടമ്മ പരമ്പരാഗതമൂല്യങ്ങൾ വെച്ചു പുലർത്താനും, അടുത്ത തലമുറയ്ക്ക് തെറ്റാതെ കൈമാറാനും പഠിപ്പിക്കുന്ന വീട്ടമ്മയാണ്. എങ്ങിനെ ചിരിക്കണം, എങ്ങിനെ നടക്കണം എന്നു തുടങ്ങി ഓഫീസ് വിട്ട് ക്ഷീണിച്ചു വരുന്ന ഭർത്താവിനെ പുഞ്ചിരിയോടെ സ്വീകരിക്കണമെന്നുവരെ പറഞ്ഞ വനിതാമാസിക, സ്ത്രീകളുടെ 'സേവനം' എന്ന റോൾ മാത്രം പ്രകീർത്തിക്കുകയും, അതാവുന്നതാണ് ഉത്തമ വനിത എന്നുള്ള പഴഞ്ചൻ ധാരണയെ ഊട്ടിയുറപ്പിക്കുകയും ചെയ്യുന്നു.

മധ്യവർഗം സ്ത്രീകളെ കാണുന്ന രീതിയിലും പലതരം മൂല്യങ്ങളും ഒളിഞ്ഞു കിടക്കുന്നുണ്ട്. മുൻപ് സൂചിപ്പിച്ച കാപട്യവും 'നാലുപേരെ ബോധിപ്പിക്കുന്ന'തിനുള്ള വ്യഗ്രതയും അതിൽ കൃത്യമായി കാണാൻ കഴിയും—കേരളത്തിലെ കുടുംബം 'പുരുഷമേധാവിത്വപ'രമാണെന്ന് പറയുന്നതും ഈ മൂല്യങ്ങൾ നിലനിൽക്കുന്നതുകൊണ്ടാണ്.

ഒരു മധ്യവർഗത്തിലെ ഗൃഹനാഥൻ ഒരിക്കലും സ്ത്രീസ്വാതന്ത്ര്യത്തിനെതിരു പറയാറില്ല.

ഒരിക്കലും സ്ത്രീപുരുഷബന്ധത്തെ 'തെറ്റായി' കാണാറില്ല, ഉദാത്തമായി കാണേണ്ടതാണെന്നേ പറയൂ. അതേസയമം കേരള കുടുംബങ്ങളിലെ ഛിദ്രത്തിനു മുഖ്യകാരണമായി പഠനങ്ങൾ കാണുന്നത് സംശയരോഗമാണ്. അത് സ്ത്രീക്ക് പുരുഷനെക്കുറിച്ചും പുരുഷന് സ്ത്രീയെക്കുറിച്ചും നിലവിലുണ്ട്.

ഇത് ഒരു പുതിയതരം ജീവിതശൈലിയാണ്. മുതലാളിത്തം മുന്നോട്ടുവെക്കുന്ന മൂല്യങ്ങളെ ഉൾക്കൊണ്ടു കൊണ്ട് മുതലാളിത്തത്തെ വളർന്നു വികസിക്കാൻ സഹായിക്കുന്ന ഒരു ജീവിതശൈലി. പഴയതിൽ നിന്ന് വ്യത്യസ്തമാണിത്. *മലയാറ്റൂരിലെ വേരുകളിൽ* തൊഴിലില്ലാതെ, വീട്ടിൽ നിൽക്കുന്ന മരുമകനോട് "ഇങ്ങനെ നിന്നാ മതിയോ" എന്നു ചോദിക്കുന്ന പാട്ടാവിന്റെടുത്ത് അത്തിമ്പേർ പറയുന്നത്;

"രണ്ടെരുമയെ വാങ്ങി കെട്ടുങ്കോ! ചിലവുക്കുള്ളത് കിടയ്ക്കും" എന്നു പറയുന്ന ചെറുപ്പക്കാർ ഇന്നില്ല – ഒരു മൊബൈൽ ഷോപ്പോ, കംപ്യൂട്ടർസെന്ററോ, കാൾസെന്ററോ ആയിരിക്കും പകരം പറയുക. അതുകൊണ്ടുതന്നെ ഇത് പുതിയ സംസ്കാരമാണ്. മധ്യവർഗ കച്ചവട-കപട സംസ്കാരം.

'എന്റെ വീട്ടിലെ പശുവിനെയല്ലേ, എനിക്ക് തല്ലാൻ പറ്റുകയുള്ളു. അയലത്തെ പശൂനെ തല്ലാൻ പറ്റില്ലല്ലോ!'

ഓരോ ശരിയില്ലായ്മകൾക്കും 'ന്യായീകരണങ്ങൾ നടത്തി തെറ്റിനെ ശരിയാക്കുന്ന രീതിയും മധ്യവർഗം പഠിക്കുന്നുണ്ട്.

സ്ത്രീ തന്നെ ധനമല്ലേ? സ്ത്രീധനം കൊടുക്കില്ല എന്ന് നമ്മൾ തീരുമാനിച്ചാൽ പോരെ?

"പോകുന്ന വീട്ടിൽ അവൾക്കൊരു 'നിലയും വിലയു'മുണ്ടാകണമെങ്കിൽ കൈയും വീശി ചെന്നാൽ നടക്കില്ല" – ന്യായീകരണം.

വിവാഹം, തീരുമാനിക്കുമ്പോൾ, മിശ്രവിവാഹങ്ങൾ പ്രോത്സാഹിപ്പിക്കേണ്ടതല്ലേ? മാതാപിതാക്കൾ തന്നെ അന്യജാതി മതവിഭാഗങ്ങളുമായി വിവാഹം നടത്തിക്കാൻ തയാറായാൽ നല്ലതല്ലേ? സെക്യുലർ കേരളമുണ്ടാവില്ലേ?

"ഓ! നമ്മുടെ ജാതിയിൽ ഇഷ്ടം പോലെ കുട്ടികളുള്ളപ്പോൾ പിന്നെന്തിനാ, അന്യമതം! ജാതിയിലേക്കു പോകുന്നേ?" പിന്നെ, 'സംസ്കാരവും രീതിയുമൊക്കെ വേറെയാകും' ഭക്ഷണശീലം വരെ പോയേക്കും.

ന്യായീകരണം

"ഭർത്താവ് പുരോഗമനവാദിയും, നിരീശ്വരനുമായിരിക്കുമ്പോൾ, ഭാര്യ എന്തുകൊണ്ട് അമൃതാനന്ദമയി, സായിബാബ, ശ്രീ ശ്രീ രവിശങ്കർ എന്നിങ്ങനെ പോകുന്നു? അതു ശരിയാണോ?

"ഓ! അവൾക്ക് സ്വന്തം തീരുമാനിക്കാനുള്ള സ്വാതന്ത്ര്യം കൊടുക്കേണ്ടേ? അവൾക്ക് അഭിപ്രായസ്വാതന്ത്ര്യം ഞാൻ നിഷേധിക്കുന്നത് ശരിയല്ലല്ലോ? അവർക്കതാണിഷ്ടമെങ്കിൽ, ഞാൻ എങ്ങനെ അവരുടെ സ്വാതന്ത്ര്യത്തിനെതിരു നിൽക്കും? ന്യായീകരണം.

കുടുംബത്തിനകത്തെ ജനാധിപത്യ ചർച്ചകളിൽ ഒരിക്കലും 'രാഷ്ട്രീയം' കടന്നുവരരുതെന്നതും മധ്യവർഗത്തിന്റെ താൽപ്പര്യമാണ്.

ഓ! രാഷ്ട്രീയമൊന്നും അവൾക്കിഷ്ടമല്ല, അവൾക്ക് മനസിലാവുകയുമില്ല. അഭിപ്രായസ്വാതന്ത്ര്യം നൽകുന്നരീതി ഇവിടെയും കടന്നു

വരും. ഈ അനുവദിക്കുന്ന സ്വാതന്ത്ര്യം സ്വയം രക്ഷയ്ക്കായിത്തന്നെയാണ് പലരും ഉപയോഗിക്കാറുള്ളത്.

"അവളുടെ ശമ്പളം കിട്ടിയിട്ട് വീട് പുലർത്തേണ്ട കാര്യമില്ല."

"സ്ത്രീകൾക്ക് കഠിനാധ്വാനം പറ്റില്ല."

"ടെൻഷൻ വർധിപ്പിക്കലാവും. ശാരീരികമായി പറ്റില്ല. എപ്പോഴും ടെൻഷനടിച്ച് ജീവിക്കുന്നതിലും ഭേദം ഞാൻ കൊണ്ടുവരുന്നതിൽ കഴിയുന്നതല്ലേ?

"അവരും ജോലിക്ക് പോയാൽ കുട്ടികളുടെയും വീടിന്റെയും കാര്യം പോക്കാകും. എന്റെ അമ്മയെയും അച്ഛനെയും നോക്കാനാരുമില്ല."

ഇത്തരത്തിൽ പലപല ന്യായീകരണങ്ങളും നിരത്തും. അതിനർഥം, സ്ത്രീകൾക്ക് 'തൊഴിൽ' അവകാശമാണ് എന്നതറിയാഞ്ഞിട്ടല്ല. പക്ഷെ 'ആശ്രിത'രാക്കുന്നതാണ്, വിധേയയാകുന്നതാണ്, വെറും വീട്ടമ്മയാകുന്നതാണ് 'എനിക്കിഷ്ടം'. അതാണ് താളം തെറ്റാത്ത കുടുംബജീവിതത്തിനുത്തമം എന്ന് മധ്യവർഗത്തെ മനസിലാക്കിക്കാനും, സ്വാംശീകരിക്കാനും മുതലാളിത്തം പഠിപ്പിച്ചിട്ടുണ്ട്. ഇതിനർഥം എല്ലാ മധ്യവർഗവും ഈ രീതിയിൽ ചിന്തിക്കുന്നു എന്നല്ല. മധ്യവർഗസ്വഭാവം ഈ രീതിയിൽ മെനഞ്ഞെടുക്കുവാനുള്ള ശ്രമം നടത്തുന്ന മുതലാളിത്തം വിജയിച്ചുകൊണ്ടിരിക്കുന്നതാണ് കാരണം. കൂട്ടായ്മയിൽനിന്ന് ഒറ്റപ്പെടുന്ന രീതിയാണ് എന്നും മുതലാളിത്തത്തെ വളരുവാൻ സഹായിക്കുന്നത്. കൂട്ടായ്മയുടെ ശക്തി ഇല്ലാതാക്കുക, ഒന്നിച്ചുള്ള ശബ്ദവും, അവകാശങ്ങളും തകർക്കുക, സംഘടിതമായ ഏത് മുന്നേറ്റത്തെയും (സംഘടനയാവാം, പ്രസ്ഥാനമാവാം, കുടുംബബന്ധങ്ങളാവാം) തകർക്കുക എന്നതിലാണ് മുതലാളിത്തത്തിന്റെ വിജയം നിലനിൽക്കുന്നത്. അതുകൊണ്ടുതന്നെ, തൊഴിലാളി സംഘടനകളെയും, രാഷ്ട്രീയ സംഘടനകളെയും ബഹുജനസംഘടനകളെയും സ്ത്രീസംഘടനകളെയും ഒക്കെ ഒതുക്കി മാറ്റുകയും അവർക്ക് പകരമായി കുടുംബം, കുടുംബത്തിലെ സ്വകാര്യത, വ്യക്തിപരമായ ആവശ്യങ്ങൾ, വ്യക്തിപരവും സ്വകാര്യവുമായ ജാതി കൂട്ടായ്മകൾ, മതസംഘടനകൾ എന്നിവയെ പ്രോത്സാഹിപ്പിക്കുക എന്നതിലൂടെ ഭരണകൂടത്തിനെതിരെയുള്ള വർഗബോധത്തിലധിഷ്ഠിതമായ മുന്നേറ്റങ്ങൾക്ക് തടസമുണ്ടാക്കുവാൻ സാധിക്കുന്നു. അതിൽ മുതലാളിത്തം വിയജിക്കുന്നത്, മധ്യവർഗ കച്ചവട സംസ്കാരം സൃഷ്ടിച്ചു കൊണ്ടാണ്. അത് മധ്യവർഗത്തെ സ്വാംശീകരിപ്പിച്ചുകൊണ്ടാണ്. അതിനുള്ള എല്ലാ കെണികളും ഒരുക്കി കാത്തിരിക്കുകയാണ് കേരളത്തിൽ.

www.ingramcontent.com/pod-product-compliance
Lightning Source LLC
LaVergne TN
LVHW040825051026
849519LV00007BA/2744
9789383155330